અંત ની ખબર

ધીરજ પરમાર

Copyright © 2021 Dhiraj R. Parmar

Made with ❤ on the Notion Press Platform

www.notionpress.com

અનુક્રમણિકા

અનુક્રમણિકા

અર્પણ

મારા પરીવાર, સ્નેહીજનો અને પ્રિય મિત્રોને....

લેખક   ઍડિટર

ધીરજ પરમાર   ઉમેશ પટેલ

આભાર વિધી

દરેક કાર્ય સફળ બનાવવા માટે બે કરતાં વધારે હાથની જરૂરીયાત હોય છે. તેમ પુસ્તકના પ્રારંભ થી લઈ અંત સુધી અનેક મિત્રો, પરીવારજનો, વડીલો તથા મારા શિક્ષક મિત્રોનો ખૂબ મહત્વનો ફાળો રહ્યો છે.

પુસ્તક લેખન માટેના વિચારનો પાયો નાખનાર મારા મિત્રો એવા બારોટ પાર્થ, ચૌધરી અજય, બારીયા કિંજલ, રીના રાઠવા, કબીર મલેક, સાગર પરમાર, ધ્રુવરાજ મૂંડવાણા, સહદેવ કંથારીયા, મીલન પંચાલ એવા બધાં ભેરુગણ જેમને મારા વિચારોને દૃઢ બનાવ્યો તેમનો હું સહદય આભાર માનું છું.

મારા ખૂબ જ સારા અને ટૂંકા સમયમાં ગાઢ મિત્રતા બાંધનાર પુસ્તકના ઍડિટર એવા અમારા કૉલેજકાળના સીનિયર ઉમેશ પટેલનો હું ઋણી છું.

આ સમગ્ર કથાને પુસ્તકનું રૂપ ધારણ કરાવનાર પુસ્તકના પ્રકાશન એવાં નૌશન પ્રકાશનનો હું આભાર વ્યક્ત કરું છું. જેમના સહકાર થકી આજે પુસ્તક તમારા હાથમાં આવ્યું છે.

વાંચન અને સતત પ્રેરણા પૂરા પડતાં અને નવું કઈંક સર્જન કરવાં માટે તક પૂરી પડતાં આપણા ગુજરાતી સાહિત્યનો હું દર ક્ષણે આભારી રહું છું.

પ્રસ્તાવના

અહીં, પ્રસ્તુત લઘુ નવલકથામાં આધુનિક યુગના એક પ્રેમપઠનું વર્ણન કરવામાં આવેલું છે. જીવનના મર્મ કેવા રચાય છે, નજીક હોવા છતાં મુલાકાતો અંતરો દૂર થાય છે. ક્યારેક અજાણ્યા સાથે મળીને જિંદગી ભરના હકદાર બની જાય છે. અહીં પથિક અને સિરીની એક પ્રેમવાર્તા રચવામાં આવી છે. જે પોતાનાં પ્રેમ માટે સંઘર્ષ કરે છે છતાં ક્યાંક ને ક્યાંક બંને એકબીજા માટે પોતાનું બધું જ ખર્ચવા તૈયાર હોવા છતાં પરીવાર અને સમાજ માટે અવગણું કરે છે. પ્રેમની પરિભાષા કદાચ જાણતા પણ ન હોય અને પોતાની જિંદગીને પ્રેમનો નિબંધ બનાવી દે છે.

પ્રસ્તુત રચના એક કાલ્પનિક વિચાર છે, જે મે કરેલા પ્રવાસો, ટૂંકી યાત્રાઓ તથા સમાજના અમુક રીવાજોને ધ્યાનમાં રાખીને રચવામાં આવેલ છે. દરેક પાત્ર અને ઘટનાને વૈચારિક તથા કાલ્પનિક રીતે સર્જન કર્યું છે. હૃદયસ્પર્શી આ રચના ક્યાંક વાંચકોના મનના માળીયે ગોઠવાય જશે. કાલ્પનિક વિચારો અને અનુભવોનું સર્જન થઈને લખાયેલી આ કથા લેખનની પ્રથમ લઘુ નવલકથા છે.

ધીરજ આર.પરમાર
૨૫ ડિસેમ્બર ૨૦૨૧

1. આયોજન

ફાગણના એ દિવસો હતાં, કોલેજની પરીક્ષાઓની તૈયારીઓ પુરજોશમાં ચાલુ હતી, અને બીજી તરફ તે વખતે રાષ્ટ્રીય સ્તરે એક કેમ્પનું આયોજન કરવામાં આવી રહ્યું હતું. જેમાં દેશના દરેક પ્રાંતના તેના તહસીલની કોલેજો તેમજ યુનીવર્સિટી મુજબ વિધ્યાર્થીઓની પસંદગી કરવામાં આવી રહી હતી. આ કાર્યક્રમ આયોજન કરવા પાછળનો હેતુ એ હતો કે દેશના ખૂણે ખૂણેથી વિધ્યાર્થીઓને એકઠાં કરી દેશની સંસ્કૃતિ અને એકતાનો પરીચય માટે જાગ્રત અને યોગ્ય માર્ગદર્શન માટેનો હતો, જેમાં વિધ્યાર્થીઓ પોતાના પ્રદેશની જીવન શૈલી અને ત્યાંની સંસ્કૃતિ રાષ્ટ્રીય સ્તરે પ્રદર્શિત કરી શકે અને તેમની સંસ્કૃતિ પ્રત્યે આદરની અનુભૂતિ કરી શકે.

આ કેમ્પ ઉત્તર પૂર્વીય ભારતના પહાડી વિસ્તારમાં આયોજિત આવ્યો હતો, અને દરેક પ્રાંત પ્રમાણે વિધ્યાર્થીઓની સંખ્યાને અને તેમની સંપૂર્ણ માહિતી મેળવવામાં આવી રહી હતી. કેમ્પ માટે લગભગ ૭ દિવસ ફાળવવામાં આવ્યા. ઉપરાંત આ માટેનો દરેક પ્રાંતની ટીમને આવવા-જવા અને રહેવા, ખાવા,

પીવાનો સંપૂર્ણ ખર્ચ કેન્દ્ર સરકાર દ્વારા કરવામાં આવી રહ્યો હતો. આ ૭ દિવસના કેમ્પને અલગ અલગ ચરણમાં એમ ૧૪ ચરણમાં વહેંચવામાં આવ્યો હતો, તેમાં એક દિવસમાં બે ચરણ યોજવાનું નક્કી થયું હતું જેમાં વિધ્યાર્થીઓ માટે અલગ અલગ વિધ્યાર્થીઓ જેવી કે સાંસ્કૃતિક કાર્યક્રમ, સંગીત, પોતાના પ્રાંતની માહિતી રજૂ કરવી, પહાડો પર ટ્રેકિંગ, નદી કિનારે વૉક, અને બીજી ઘણી બધી હતી, આ સાથે તેમને કેન્દ્રીય અધિકારી અને પોતાના વિષયમાં સંપૂર્ણ નિપુણ પ્રાધ્યાપકો દ્વારા અભ્યાસ, પોતાના આગળના ભવિષ્ય, જીવન જીવવાની રીત, જેવા ઘણાં મુદ્દા પર જાણકારી જાણકારી આપવામાં આવવાની હતી.

ત્યાં એક પથિક નામક છોકરાનું પસંદગી મુજબ નામ જોડવામાં આવ્યું. પથિક આમ દેખાવે સારો અને ભણવામાં પણ થોડો હોંશિયાર વિધ્યાર્થી અને તેનાં નામ મુજબ આવાં કેમ્પ અને ફરવાનો ઘણો જ શોખીન માણસ. તેને પોતાની જીંદગીમાં ઘણાં અનુભવ કરી ચુક્યો હતો. અને ઉપર એક નાનો અમથો કવિ હતો તો એને એકાંત સાથે દોસ્તી વધારે હતી, અને પ્રકૃતિ તો જાણે એની કમજોરી હોય, એમ એ પ્રકૃતિને ઘણુંજ માનતો. પણ કોને ખબર હતી એનો આ પ્રવાસ એની પૂરી જીંદગીનો કિસ્સો બનીને રહી જવાનો હતો.

દરેક પ્રાંત માટે એક અનુભવી આગેવાનને નિમણૂક કરવામાં આવ્યા, જે મૂળ તો કોઈ કોલેજના પ્રધ્યાપક હોવા જોઈએ. જે પોતાના પ્રાંતની ટીમની આગેવાની લઈ શકે. અહીંના પ્રધ્યાપક તરીકે વિનાબેનની નિમણૂક કરવામાં આવે છે, જે એક સારા પર્વતરોહક હતાં અને આવા પ્રવાસ માટે તેમને વર્ષોનો અનુભવ હતો. તો વિનાબેન દ્વારા પ્રાંતની ટીમમાં

પથિકનું નામ નોંધવામાં આવ્યું અને સાથે આજુબાજુ ના કેન્દ્રશાસિત પ્રદેશને પણ ટીમમાં સમાવેશ કરવામાં આવ્યો. ત્યાંથી બીજા અન્ય કોલેજમાંથી વિધ્યાર્થીઓનું ચયન કરીને, કુલ ૧૭ વિધ્યાર્થીઓની આગેવાની માટે વિનાબેન તૈયાર હતાં. જોત-જોતામાં વિનાબેને બધા વિધ્યાર્થીઓનો સંપર્ક કરીને પ્રોગ્રામમાં જવાની બધી જ માહિતી આપી દેવામાં આવી હતી. હવે ૧૭ વિધ્યાર્થીઓ અને અને એક મહિલા પ્રધ્યાપક વિનાબેન કેમ્પમાં જવા માટેની બધી તૈયારીઓ સાથે બધા જ તૈયાર હતા

૨. પ્રારંભ

ફાગણ માસના આરંભે વસંતના ખીલતા ફૂલોની ઋતુમાં ટ્રેન ચાલી પડી હતી, વિનાબેન બધા વિધ્યાર્થીઓને બોલાવીને થોડી સૂચનાઓ અને સાવધાનીઓ સમજાવે અને ફરી પાછા, બધા વિધ્યાર્થીઓ પોતાના જીવનના એક યાદગાર સફરની આહ ભરી, કેમ કે સફર પાંચ દિવસનો હતો. અને એ પણ ટ્રેનમાં હતો, પણ અમુક વિધ્યાર્થીઓ પહેલી વખત ટ્રેનની મુસાફરી કરી રહ્યાં હતાં. તો તેમને ખૂબ જ આનંદ થતો હતો. ક્યાંક વિધ્યાર્થીઓ થોડા નાખુશ હતાં, કેમ કે તે એક એવા સફર પર નીકળી છુક્યાં હતાં જયાં ન તો કોઈ ઓળખાણ હતી, ના તો સાથેનો ભેરું. બસ એક પ્રાધ્યાપક હતાં જે એમને માત્ર તેમનાં નામ અને એમની કૉલેજના નામથી પરિચિત હતાં.

મોટા ભાગના વિધ્યાર્થીઓ તો ગ્રામ્ય વિસ્તારની કૉલેજોમાંથી પસંદ કરવામાં આવ્યા હતાં, એટલે એમના માટે તો આ સફર થોડો અજાણ અને ખૂબસૂરત તક સમાન ગણાવી શકાય. થોડા હતાશ મન જેવા પણ, સાથે નવા સફર માટે ઉત્સાહી બધા એકબીજા સાથે ક્યાંક દોસ્તી માટે અને જીવનના નવા અનુભવને પામવા, યાદગાર બનાવવા માટે વાતોની ધ્ધમાંછકડી કરવા લાગ્યા.

"ચલ મુસાફર એક સફર કરાવું,

તારી ઘસાયેલી જીંદગીમાં થોડા રંગ પુરાવું."

આ એક પંક્તિ લખી પથિકે એના સોશિયલ મીડિયા પર પોસ્ટ કરતાં, વિધ્યાર્થીઓ જાણે પથિકને ઓળખવા લાગ્યા અને બધાએ આ જ પંક્તિ પોતપોતાના સોશિયલ મીડિયા પર પોસ્ટ કરવા લાગ્યા. આ પરથી પથિકનો બધા સાથે પરિચય સારી રીતે થઈ ગયો, બસ એક વ્યક્તિને છોડીને. ટીમના સભ્યો હવે એવી રીતે બધા એકબીજાને મળી ગયા જાણે વર્ષો જ ના ભેરુંઓનું મિલન થયું હોય. એકબીજા સાથે મસ્તી મજાક કરતાં કરતાં, ટ્રેન એક પછી એક રાજ્યની સરહદ વટાવી રહી હતી. વસંતના ખીલતાં ફૂલોની ફોરમ સાથે રેલગાડીના ચૂક ચૂક આવજે જાણે સફરમાં રંગ ભરી દીધા એમ થતું હતું અને ઉપરથી બધાની આટલી લાંબી પહેલી રેલની સફર હતી.

એકાંત સાથે દોસ્તી રાખનાર પથિક ડબ્બાના દરવાજા નજીક જઈને ચાલતી પ્રકૃતિની મહેફિલની કવિતા રચી રહ્યો હતો. પથિક આમ તો સીધો પણ એને આ પહેલા ટ્રેનમાં ઘણાં સફર કરી ચૂક્યો હતો, પણ આ વખતે એના મનમાં એને લાગતું કે આ સફર બાકી જેવો નથી, કંઈક જીંદગીનું પન્નું પલ્ટી જવાનું છે. ત્યાં બાજુમાં જ એક છોકરી આવીને ઊભી રહી ગઈ. પથિક પ્રકૃતિના દ્રશ્યમાન સાથે હતો, એની બાજુ નજર નાખતા તો જાણે એકધમ નજરે જોતો જ રહ્યો. મન મોહે દેહ જાણે શ્યામ રંગ, લટકતી લટ, અને એનો નાકની નથણી એના ચહેરાની સુંદરતામાં વધારો કરતી હતી. પાછળ થી અવાજ આવ્યો *"અલી ઓય સિરી, સાંભળ.."* આ સાંભળતાં જ તે પાછી ફરીને જતી રહી.

પથિક હજી ત્યાં જ બેઠો હતો, હવે એને એની કલમ પર કાબુ ન રહ્યો એ કવિતા સર્જવા લાગ્યો પણ એને જોઈ કદાસ શબ્દો પોરવ્યા છતાં સિરીની ખૂબસૂરતી શબ્દોને ઝાંકા પાડી દેતી હતી, પથિક તો પહેલી નજરે જ જાણે ઘાયલ થઈ ગયો, પણ એને પોતાના પર ઘણો ભાર મૂક્યો કે "આ પ્રેમ વ્રેમના લફડામાં ન પડાય!!" છતાં તેનાથી ના રહેવાયું, પછી તે ઊઠીને બધાની વચ્ચે જઇને બેસી ગયો, ત્યાં સિરી પણ હતી. બધા વાતોમાં મસગુલ હતાં, પથિક શાંત બેઠો બેઠો સિરી તરફ નજર ફેરવતો રહ્યો. તેમની વાતો સાંભળતાં ખબર પડી કે એનું નામ "સારિકા" છે, પણ બધા અને ટૂંકમાં 'સિરી ' કહીને બોલાવે છે.

સિરીએ એક અંતરાયલ તહસીલ વિસ્તારની કોલેજમાંથી આવતી છોકરી હતી, દેખાવે સારી અને સંસ્કારી હતી, બધા સાથે વાત કરવામાં જરા પણ ન અંચકાતી ભલે પછી એ કોઈ જાણીતું હોય કે અજાણ્યું, તેને કવિતા અને નવલકથાઓ વાંચવાનો ઘણો જ શોખ હતો. સિરી થોડા સમયમાં જ બધા સાથે ભળી ગઈ હતી, બસ અજાણ હતી તો પથિકથી.

સાંજની વેળાએ દિવસ આથમવા પડયો હતો અને રેલગાડી ધમધમ્માટ ચાલતી હતી. સિરીનો બધા સાથે સારો પરિચય થઈ ગયો હતો, તે પથિક પાસે જાય છે. ત્યાં પથિક પોતાની ધૂનમાં મસ્ત હતો, સિરીને જોતા જ એ એકદમ ઢીલો પડી જાય છે, ત્યારે સિરી કહે છે "તમે જ પથિક છો ને?" પથિકએ વળતાં જવાબ આપ્યો "હા" ફરી એને પૂછ્યું કે "તમારી લખેલી પેલી પંક્તિ મને ખૂબ જ ગમી છે." પથિકે આભાર માનીને

પોતાની સીટ પર બેસવા આગ્રહ કર્યો, પથિક મનનો ભાર છોડીને ખૂબ લાંબી વાતોની મહેફિલ માણી અને વાતો વાતોમાં એક બીજાના વિચારો પણ ઘણા મળતાં હોવાથી એકબીજાને ઓળખતા વાર ન લાગી. એકબીજા ને હવે બન્ને ખૂબ જ સારી રીતે ઓળખવા લાગ્યા. રાત થઈને બધા સુવા પડયા હતા, પથિક હજી પણ સિરીના ખ્યાલોમાં ખુલી આંખે સૂતો હતો, પથિકને થયું કે સિરી જોડે સારી મિત્રતા થઈ છે, તો પ્રેમની આશા તો નહીં રાખું પણ મિત્રતા માટે ખૂબ જ સારી છોકરી છે. કેમ કે આટલી મજાક અને મસ્કરી સાથે પથિક ક્યારેય કોઈ છોકરી સાથે મળ્યો ન હતો, અને પહેલી નજરથી જ સિરીને પસંદ કરવા લાગ્યો હતો.

પાંચ દિવસ ની મુસાફરી હતી, આમ ને આમ દિવસ વીતતા ગયા અને એક સમયે એકબીજાથી એક દમ અજાણ વ્યક્તિઓ એકબીજા સાથે એટલા ભળી ગયા કે સફરની મુલાકાતો હવે બમણી થવા લાગી હતી. પથિકની પણ ટીમના છોકરાઓ સાથે સારી દોસ્તી થઈ હતી, પણ તેના કબીર અને પથિકની જોડી ખૂબ જ જામતી. કબીરએ એક રમૂજીયો અને મોજીલો માણસ હતો. બીજી બાજુ પથિક અને સિરી પણ સારા મિત્ર થઈ ગયા હતાં, પણ સિરીને પથિક પ્રત્યે પ્રેમની લાગણીઓ વધવા લાગી હતી, નાની નાની બાબતો પર એ પથિક સાથે સમય પસાર કરવા લાગી હતી, એક બાજુ પથિકને પણ આ વાતનો અંદાજો આવી ગયો હતો કે સિરી પણ ક્યાંક તો મારા પ્રત્યે પ્રેમની લાગણીઓ ધરાવે છે. બાકી ટીમના સભ્યોને પણ પથિક અને સિરીના પ્રેમની વાતની થોડી થોડી જાણ થવા લાગી હતી, પણ ખરેખર આમાં એમ હતું કે, ન સિરીને ખબર હતી કે પથિક એને ચાહે છે અને ન પથિકને ખબર હતી કે સિરી એને

ચાહે છે, પણ ટીમના મિત્રો એમ જ સમજતા કે બંને એકબીજાને પ્રેમ કરે છે, વાત વિનાબેન સુધી પહોંચી ગઈ હતી. વિનાબેનનો સ્વભાવ ખૂબ સારો હતો, તેમને પણ તેમનાં ભૂતકાળમાં આવા પ્રસંગો બન્યા હતા, એટલે તે આ વિશે વધારે કંઈ વિચારતાં નથી. પણ આ વાતથી સિરી અને પથિક ક્યારેય ગુસ્સો કરતાં નહીં, ભલે એકબીજા ને કહ્યું ન હોય પણ એકબીજા પ્રેમની વાતો સાંભળવા તેમને ગમતી હતી.

૩. મંજિલ

દિવસ વીતતાં લાગ્યાને આખરે પાંચ દિવસના રેલ સફર બાદ છેલ્લે ઉત્તર પૂર્વીય ભારતની હિમાલય હારમાળાની પહાડીયોમાં પહોંચી ચુક્યાં હતાં. ત્યાંથી તેમને કૅમ્પના સંચાલક રવિભાઈ અને તેમની સંચાલન કરતી ટીમ દ્વારા સ્વાગત કરવામાં આવે છે. રવિભાઈ દ્વારા રહેવાસ ગૃહની વ્યવસ્થા આગળથી કરી રાખવામાં આવી હતી. ત્યાં જઈને બધા પોતપોતાની સમાન જમાવીને ફ્રેશ થઈ અને પછી જમણવાર ચાલ કર્યું, એના પછી તો વિનાબેને બધાને કૅમ્પની વ્યવસ્થા અને ત્યાંના નિયમો સમજાવ્યા પછી બધા છુટા પડયા.

હવે, પહોંચ્યા તેનાં બીજા જ દિવસ થી કૅમ્પ ચાલુ કરવામાં આવ્યો હતો, જેમાં વિવિધ ટીમો દ્વારા નૃત્ય અને તેમના પ્રાંતની માહિતી પ્રસ્તુત કરવાની હતી. આમ ને આમ આ કૅમ્પ બાકીના ૬ દિવસ સુધી ચાલવાનો હતો, જેમાં એમને પર્વતોની પગપાળી, ત્યાંની સંસ્કૃતિ, અને રાષ્ટ્રીય સ્તરના મુખ્ય મહેમાનો દ્વારા સંવાદ રચવા જેવા અનેક ચરણનું આયોજન હતું. જેમ પશ્ચિકની આખી ટીમ દ્વારા ખૂબ સુંદર પ્રદર્શન કરવામાં આવ્યુ હતું, અને ભારતના અન્ય પ્રાંતના વિધ્યાર્થીઓ સાથે પણ એમનો પરિચય કરાવવામાં આવ્યો હતો.

આ બધા કાર્યક્રમોની વચ્ચે પશ્ચિકની આગેવાની, એના ટીમ પ્રત્યેનો પ્રેમ, એની કૌશલ્યિતા, અને એના ઉત્સાહ જોઈને સિરીના દિલમાં પશ્ચિક પ્રત્યેનું માન - સન્માન, પ્રેમ, આદર બધુ

બમણું થઈ ગયું, અને જાણે પથિક માટે એક તરફી પ્રેમની કવિતા લખતી હોય એમ. સિરી એના દિલની વાત ક્યારે પણ પોતાના ચહેરા કે હોટ પર લાવી નહીં, કેમ કે તે પથિક જેવા જ વિચારો ધરાવતી હતી કે કદાસ પ્રેમનો હાથ લંબાવીશ તો દોસ્તીની કડી તૂટી જાય માટે હજી દિલની વાત એ દિલમાં રાખતી હતી. પથિક પણ આ વાત થી એકદમ અંજાન ન હતો. એને પણ હવે પ્રેમની લાગણીઓ તો લાગવા લાગી અને પથિકને ખબર પડવા લાગી કે સિરી તેને ચાહવા લાગી છે. છતાં બન્ને સારા મિત્રો હોવાથી એ પણ કઈ કહી શકતો ન હતા, આમ જ એક પ્રેમકથા બન્ને તરફથી ચાહત હોવા છતાં ક્યાંક એકતરફી પ્રેમ જેવુ થતું હતું.

પથિક તેની ટીમની આગેવાની કરતો હતો, ત્યારે કાર્યક્રમ દ્વારા એક વિધ્યાર્થીનું આયોજન કરવામાં આવ્યુ જે પહાડોની પગદંડી કરીને પેલી પાર નદી કિનારે સાંજ જોવા જવાનું હતું, રસ્તો ઘણો લાંબો હતો જતા આવતા સમય વધારે લાગવાનો હતો એમ હતું પણ બધા જવા માટે રાજી થઈ ગયા. બધાને સાથે રાખવા માટે બે બે ની જોડ રાખવા કહ્યું, આ સાંભળતા જ સિરી ઝટ દેતી પથિક પાસે આવીને ઊભી રહી ગઈ, પથિકની આ જોતા સહેજ ચહેરાનું મરક સ્મિત સાથે "ચલ" કહી ગળામાં હાથ નાખીને ચાલવા લાગ્યો. પથિકને લગભગ તેના આ વ્યવહારની ખબર ન હતી, એની મસ્તી જ કંઈક અલગ હતી. આ સાથે સિરીને પણ ઘણી ખુશી થવા લાગી. સિરી અને પથિકને આ રીતે એકબીજાના ગળામાં હાથ નાખી જતાં જોઈને

તેના ટીમના મિત્રોએ તેમની અજાણમાં તે બન્નેનો મસ્ત ફોટો પડતાં હતાં.

પહાડ વિસ્તાર એટલે વરસાદનું પ્રમાણ વધુ હોય અને બારેમાસ જાણે ગગનના વાદળોની મહેરબાની ધરા સાથે રેહેતી હોય એવુ લાગે, પ્રકૃતિનો ખીલતો નજારો, ઊંચા ને ઊંચા આભ અડકે તરવર, ઉત્થલન પામેલ નાની કેડીઓ, જાણે કુદરતના ખોળે જ અજાણ્યા બે પ્રેમ પ્રસ્તાવ વિનાના પ્રેમી પંખીડા હાથમાં હાથ પોરવીને પંથ કાપતા હતાં. સહું ની નજર સમક્ષ હતાં, પણ જમાના મુજબ આ બધી હરકતો દરેક વ્યક્તિને સાધારણ લાગતી. પથિકને સિરી પોતાની જ મોજ મસ્તીમાં હતાં, અને વાતોમાં એટલા મશગુલ થઈ ગયા કે આજુબાજુ ના કોઈ પર તેમનું ધ્યાન જતું નહીં. બંને જાણે પોતાની અલગ દુનિયામાં નીકળી આવ્યા હતાં, સાથે રહીને એ પોતાના જીવનની લગભગ બધી વાતો એકબીજા ને કહી ચુક્યાં હતાં. બસ બાકી રહી તો બંનેના પ્રેમના પ્રસ્તાવ ની!!!! આવા સૌંદર્ય સાથે એમની સાથે વિતાવેલી પળો એ એમની જ જિંદગીની એક અલગ જ કહાની રજૂ કરી રહી હતી.

ઢળતા સૂરજની સાથે બધા નદીના કિનારે પહોંચી ગયા, સાથે વિતાવેલી દરેક પળ એમના દિલ દિમાગ અસર કરતી હતી, ત્યાં તેમના ખુશીના પળો માં વધારે ઉમંગ ભરે એવા મુલાકાતોનો વખત વીતી રહ્યો હતો, પણ એમના આ પળો ને કોઈ મોબાઈલ કે કેમેરામાં કેદ કરવાંનું ભૂલી ગયા હતા. એમને બન્ને ને ધ્યાન ન હતું પણ એમની જ જિંદગીની સૌથી યાદગાર પળોનું મિલન થતું હતું. એ એકબીજામાં એટલા હદ સુધી ખોવાઈ ગયા કે જાણે ક્યારે એક જનમમાં સાથે રહી ચૂક્યા

હોય. આ સાથે જ પથિક એ એના અંદાજમાં એક પંક્તિ યાદ કરતા ફરમાવી નાખી કે..

"આ રવિની સાથે સરિતા બની જવું છે,
તું કિનારો બન, મારે રેત બની જવું છે,
પછીને ઢળતા સૂરજ સાથે મારે આથમી જવું છે,
તું રાત તો બન મારે તારામાં જ સમાય જવું છે."

આ સાંભળતા જ સિરીના હૃદયના ધબકારા વધવા લાગ્યા, જાણે એના દિલના દરવાજે કોઈ ઘડીયે ઘડીયે ટકોર મારતું હશે. તે ની:શબ્દ થઈને પણ પથિકને ઘણું કહી રહી હતી છતાં પથિક એના અંદાજમાં એના દિલ પર ટકોર કરતો રહ્યો, સાંજને ધ્રુવના તારો દેખાવા લાગ્યો હતો.

ત્યાં તો પાછળથી એક મોટા અવાજ સાંભળાયો કે "ચલો, સમય કો ધ્યાન મેં રખતે હુંએ હમેં અબ લૌટ જાના હૈ" એ અવાજ બીજા કોઈ નહીં પણ રવિભાઈનો હતો. જે આ કૅમ્પનું સંચાલન કરતા હતાં. આ સાથે બધા ચાલવા લાગ્યા અને ત્યાં વાપસી જવા માટે બસનું આયોજન કરવામાં આવ્યુ હતું. પથિકને સિરી એકબીજામાં એટલા ખોવાયેલા હતાં, પણ પથિકનું ધ્યાન ખેંચાયું અને તે સિરીનો હાથ પકડીને દોડવા લાગ્યો, પાછળ દોડતી સિરીના મનમાં એમ થતું કે "કાસ, મને આમ જ જીંદગી સાથે જીવવા માટે લઈને દોડી જાય" એવુ થતું, ઠંડી અને ભીની રેતમાં બંનેના પગલાં તેમનાં કિનારેની તેમની ઉપસ્થિતિના છેલ્લા નિશાન બનાવી રહ્યાં હતાં. આ કિનારો અને પેલી કેડીઓ તેમનાં આ અસ્મરણીય પળોને વિદાય આપી રહ્યાં હતા.

આ સાથે જ તે બસના દરવાજા પાસે પહોંચી ગયાને, પથિક એ સિરીનો હાથ છોડીને તેને પહેલા ચડવા માટે આરઝૂ કરે છે. બંને ચડી ગયાને પછી સાથે જ એક સીટ પર બેઠા અને સિરી કહે, *"દિવસ ટૂંકો હતો કેમ ને?"* પાછળથી કબીરનો અવાજ આવ્યો કે *"હા તમારા માટે તો ટૂંકો જ લાગે ને!!"* આ સાથે વિનાબેન સાથે આખી ટીમેમાં રમૂજીનો માહોલ થઈ ગયો. એવામાં બધાને સંબોધતા પથિકે ધીરેકથી એક પંક્તિ કહી દીધી, કે

"અજાણ્યે મળેલાં મારા ભેરુડાનો સાથ હતો,
હું એકલો ક્યાં ખુશીના માહોલમાં હતો?"

આ સાથે જ *"વાહ, વાહ"* ના અવાજે બધા બોલી પડયા અને બધા પોતાના મોબાઈલમાં વ્યસ્ત થતા ગયા. કોઈ એમના પ્રિયતમાં તો કોઈ એમના પ્રેમી કે ઘરે આ પળોની અનુભૂતિ કહેતાં હતાં. પણ સિરી તો જાણે પથિક સાથે એના ખબા પર માથુ મૂકીને મરક હાસ્ય સાથે વિચારતી હતી કે *"હજી આ પળને રોકી લેવી છે, ફરી આ કિનારે એની સાથે દોડી લેવુ છે."* પથિક વિનાબેન સાથે આગળની પ્રવૃતિઓ માટેની વાતો કરતો હતો. આ હાસ્ય અને ખલળખલાટ માહોલ સાથે બસ પહોંચી યુકી હતી આવાસસ્થાને. પણ પથિકનો હાથ હજી સુધી સિરીએ પકડી રાખ્યો હતો, એ જાણે ક્યારે છોડવાની જ ન હોય એમ હતું. પથિક એ ધીમા સ્વરે કહ્યું *"છોડશો કે હજી સાથે ફરવુ છે?"* સિરીએ મજાક કરતાં કહ્યું, *"પકડયો છે તો છોડવુ થોડુ મુશ્કેલ લાગશે પણ તમને મંજૂર હોય તો હું છોડી શકુ છું"* આમ કહેતાં તે બંને હસી પડયા અને પોત પોતાના આવાસ તરફ વળ્યાં. પછી જમવાનું પતાવી બધા પોતપોતાની પથારી તરફ ફરવા લાગ્યા. ત્યારે સિરીની નજર પથિક પર પડીને અચાનક સિરી એ ધીરે થી બૂમ પાડી

અને બધા ટીમના સભ્યો સાથે થોડીવાર બેઠા. થોડી વાર્તાલાપ કર્યો અને પોતાના યાદગાર પળોને યાદ કરવા માટે ફોટા પડાવ્યા, કારણ કે કાલે કેમ્પનો છેલ્લો દિવસ હતો. જોત જોતામાં ક્યારે ક દિવસ વીતી ગયા ખબર ન પડી બધાને અને બધા એ કાલે ફરી પોતાના વતન તરફ પ્રયાણ કરવાનું હતું. થોડી મશ્કરી પછી બધા છુટા પાડવા લાગ્યા. ત્યારે સિરી જાણે આંખે પાણી ભરીને ઊભી હતી, જયારે પથિકે તેની નજીક જવા લાગ્યો, ત્યારે સિરીએ આસુડા રોકવા લાગી. પાસે જઈને પૂછ્યું *"શુ થયું?"* તો સિરી કહે *"કઈ નઇ"* કહી ચાલવા લાગી. પથિકને સમજતાં વાર ન લાગી કે વાત જુદા પાડવાની હતી, જે ક્યાંક ને ક્યાંક પથિક અને સિરી બંનેને દુ:ખ જેવુ હતું છતાં હજી વળતાં સફર માટેના પાંચ દિવસ હતા.

4. યાદોનો ખજાનો

બીજા દિવસે સવારનો માહોલ કંઈક જુદો જ હતો. વાતાવરણના ઝાકળ જેવા ટીપાં પાંપણની સપાટી પરથી લપસતાં હતા, ચારેબાજુ વાદળ છવાયું વાતાવરણ હતું સાથે જ વાદળ ઝરે એવા પહાડો અને તેના પરના વૃક્ષો આજનું વાતાવરણ ખુશનુમાન બનાવી રહ્યાં હતાં. છતાં ક્યાંક બધા વિધ્યાર્થીઓ વચ્ચે થોડો નિરાશાજનક માહોલ જામ્યો હતો. કેમ કે આજે કેમ્પનું અંતિમ ચરણ હતું અને છેલ્લા ૬ દિવસમાં બધાના જીવનનું એક અગત્યનું અને યાદગાર કિતાબી પન્નું લખાઈ ગયું હતું અજાણતાં મળેલા બધા વિધ્યાર્થીઓ જાણે જિંદગીના કોઈ નજીકના સંબંધો અહીં બનાવી ચુક્યા હતા જે છોડતા તેમનાં માં દુ:ખનો માહોલ સર્જાવો યોગ્ય હતો.

કેમ્પના છેલ્લા ચરણ માટે બધા ભેગા થયા અને પ્રાંતની ટીમ મુજબ બધાને પ્રમાણપત્ર તેમજ ભેટ આપીને નવાજવામાં આવ્યા. આ પ્રસંગે રવિભાઈ દ્વારા બધાનો આભાર માનવાના આવ્યો અને છુટા પડતાં પહેલાં એક સુંદર સુર "**કભી અલવિદા ન કહેનાં...**" સાથે બધાની આંખે આસુડાની ધાર રેલાવી દીધી. ત્યાર પછી બધા અલગ અલગ પ્રાંતના વિધ્યાર્થીઓ એકબીજા મિત્રો સાથે ગળે મળ્યા અને એકબીજાના સંપર્કમાં રહેવા માટેનો આગ્રહ કરી રહ્યાં હતા. તેમની આંખે

જોતા જ જાણે માતમનો માહોલ સર્જાયો હોય એવુ લાગે, પણ ખરેખર તો હાસ્ય સાથે રડવાનો અનુભવ થતો હતો. સાથે સિરી અને પથિક પણ પોતાના બીજા પ્રાંતના મિત્રોને ભેટી પડ્યા અને છેલ્લી મુલાકાતો લીધી. બધા પ્રાંત પોતાના અનુકૂળ પ્રમાણે ટીમ સાથે વિદાય લઈ રહ્યાં હતાં. પથિકની ટીમને લાંબી મુસાફરી હતી એટલે તે ટ્રેન ન મળતાં બીજા દિવસે જવાનું નક્કી કર્યું હતું આમ એક પછી એક બધા પ્રાંતની ટીમ દ્વારા વિદાય લેવાંમાં આવતી હતી.

પથિક એ વિનાબેન સાથે વાત કરતાં, કહ્યું કે *"આપણે કાલે, નીકળવાના છે તો આજના દિવસે બાજુનું હાટ દેખાવા જઈએ"* વિનાબેન કહે *"સારુ , વાંધો નહીં જાવ પણ એક વાતનું ધ્યાન રાખજો સમયથી પાછા ફરી જજો."* પછી બધા ફ્રેશ થઈ અને થોડી વારમાં આખી ટીમ ચાલી પડી. ત્યાંથી યાદગીરી માટે બધાએ પોતાના ઘરે માટે કંઈક ને કંઈક લઈ રહ્યા હતા. સિરી પથિકથી દૂર હતી, પણ એની પાછળનું એક કારણ હતું કે છુટા થતાં પહેલાં એકબીજાને એક એવી ભેંટ આપવી છે કે તે જ્યારે આ ભેંટ જોવે ત્યારે એકબીજાની નજરે કાયમ બંને દેખાય. આ જ વિચાર સાથે સિરી તેની બહેનપણી સાથે એક દુકાનમાં જાય છે અને ત્યાં તે અનેક વસ્તુઓ દેખી છતાં એને કોઈ વસ્તુ ગમી નહીં. ફરી પાછી તે દુકાન માંથી નીકળી હાટમાં ફરવા લાગી ત્યારે બાજુમાં જ એક કાચ વેચનારની લારી હતી, અને જ્યારે તે લારી તરફ જોવે છે. ત્યારે કાચની ગોઠવણી એ રીતે હોય છે કે એક કાચમાં તે પોતે અને અને પાછળથી આવતો પથિક દેખાય છે, તે જ ક્ષણે તે થંભી જાય છે અને કાચમાં જ પથિકને નિહાળ્યા કરે છે, ત્યારે તેના મનમાં થાય કે

આનાથી વિશેષ ભેંટ શુ હોય શકે? એમ વિચારી એ કાચને પેપરમાં બંધાવે છે, કાચની ખાસિયત કહેતા લારીવાળો કહે કે "આ કાચ ખાસ કરીને બાજુ ની નદીની(જ્યાં પહેલાં તે ફરીને આવ્યા તે) રેતથી બનેલો છે, અને નાનો હોવાથી તેને તેને સાચવવામાં મુશ્કેલી નથી, " ત્યાં લારીવાળો કાચ બાંધે ત્યારે સિરી પાછળ ફરીને પથિકને જોવે છે, ત્યાં પથિક એને દેખાતો નથી, હવે એને કાચમાં જોયું તે એનો ભરમ હતો કે કોઈ હકીકત એતો એને ખબર ન પડી, પણ આ બધુ જાણી એના મનમાં કંઈક અલગ જ લાગણીઓ ચાલતી હતી. ત્યાં બીજી બાજુ પથિક પણ સિરી માટે એક ભેંટ શોધવામાં મશગુલ હતો, ન જાણતા તે નદી કિનારેથી મળતાં છીપલા અને બીજા અન્ય સજાવટથી ભરેલો એક સુંદરહારને પેક કરાવ્યો. સાથેના બધાએ કંઈક ને કંઈક વસ્તુ ની ખરીદી કરી હતી, પછી બધા હોટલમાં ગયા અને જેને જે ભાવે તે વાનગીઓ મંગાવીને બધા એક સાથે જમવા લાગ્યા, ત્યારે સિરીને જમવાનું કંઈક ભાવતું ન હતું તો પથિકે પૂછ્યું "શુ ખાવુ છે? તારે સિરી" તો સિરી કહે "ખાવાનું મન નથી, મારે પાણીપૂરી ખાવી છે" તો પથિક અને તેના મિત્ર કબીરએ ઝડપથી જમવાનું પતાવ્યુ ત્યાં તો સિરીની બહેનપણી નાખી પણ કહે "મારે પણ ખાવી છે" નાખી, એ સિરીની બેનપણી હોય છે, જે આવતાં સફરમાં જ સારા દોસ્ત બની ગયા હતાં. તો પથિક અને કબીર એ નાખી અને સિરીને પાણીપૂરી ખવડાવવા માટે લારી શોધવા લાગ્યા. ઘણી વખત પછી એક લારી મળી પણ એ લારીવાળો લારી બંધ કરવાનો હતો, પણ કબીર અને પથિકે ઘણી આજીજી પછી એ માની ગયો પછી નાખી અને સિરીને પકોડી ખવડાવી, ત્યાં સિરી પૂછે છે "તમે પણ ખાવ ને!"

તો પથિક કહે *"ના, અમે જમીને આવ્યા"* આવી વાતો સાથે ઘણી લાંબી રમૂજી વાતો સાથે સિરી અને નાખી એ પકોડી ખાધી અને એ ચાર જણ નીકળ્યા, બાકીના બધા પોતાનું જમવાનું પતાવીને નીકળી ચુક્યા હતા.

રાતનો વખત હતો, એક દમ સુનસાન હાટ બની ગયું હતું, ત્યાં તો એ ચાર જણ જેવા ત્યાંથી નીકળ્યા તો તરત જ વાદળના ગડગડાટ સાથે વીજળીના ભડકારા થવા લાગ્યા, અને ત્યારે અચાનક સિરી ડરી ગઈ અને પથિકના શરીર સાથે વળગી ગઈ ત્યાં તો વરસાદ જાણે તૂટી પડયો હોય તેમ વરસવા લાગ્યો, સિરીની આ હરકતથી પથિકના દિલમાં ઉભરા આવવા લાગ્યા. ના ના કરતાં પથિક એ એના બંને હાથ સિરીના પીઠ પાછળ કરી નાખી એકબીજામાં જ એ પીલળી ગયાં હતાં. ત્યાં અચાનક કબીર અને નાખી એ બૂમ પાડી કે *"ચલો, નહીં તો માંદા પડી જશો,"* પણ વરસાદની સાથે પ્રેમની લાગણીઓથી ભીંજાયેલા પંખીડા સુધી અવાજ પહોંચી શકે તેમ હતો નહીં. ત્યાં કબીર આવ્યો અને પથિકને હાથ ઝાલતા કહ્યું *"ચાલ, ભાઈ વરસાદ જીદ પર છે, અહીં રહીશુ તો કાલે વાટમાં શરદી મુશ્કેલી ઊભી કરશે"* આ સાથે જ પથિકને સિરી બંને જુદા થયા અને ત્યાંથી ચાલવા લાગ્યા. વરસાદ તો રોકાવાનું નામ જ ન હતું ત્યારે ચારેય જણ એક ક્યાંક ઊભા રહીને રાહ જોવા લાગ્યા, ક્યારે વરસાદ રોકાય અને ક્યારે અહીંથી નીકળીએ, પણ સિરીને તો મજા આવતી હતી કે પોતાનું કોઈ પ્રિય વ્યક્તિ તેની સાથે ઊભુ હતું, ને ઉપરથી વરસાદની પણ તાજી રમઝટ જામી હતી.

પથિક અને કબીર તો ક્યાંક અહીંયાથી નીકળવા માટે આજુબાજુ નજર ફેરવવા લાગ્યા, પણ કોઈ મળ્યુ નહીં. ત્યારે

વિનાબેનનો કૉલ આવે છે અને કહે છે *"ક્યાં છો? તમે"* તો પથિક વળતો જવાબમાં પરિસ્થિતિ રજૂ કરે છે અને ઝડપથી આવાસસ્થાને પહોંચી જવાની આશા આપે છે. વિનાબેનને કબીર અને પથિક પર એટલો ભરોસો થઈ ગયો કે તે બંને કોઈ પણ પરિસ્થિતિ સાથે લડી લેશે. હજુ સુધી વરસાદ પડતો જ હતો. તો નીકળવા માટે કોઈ શક્યતા દેખાતી ન હતી. બધા નક્કી કર્યું કે અહીં રોકાયને વરસાદ રોકાયાની રાહ જોવાય સિવાય કોઈ રસ્તો નથી. આથી ચારેય જણ ત્યાં બેસી ગયા અને રાહ જોવા લાગ્યા. ત્યારે સિરી અને ખાલી ભીંજાયેલા હોવાથી ધ્રુજવા લાગ્યા ત્યારે કબીર એ તેના ખીસ્સામાંથી લાઈટર કાઢી અને તાપણું કરવા લાગ્યો, પછી થોડા હળવાશ મહેસુસ થઈ. ત્યાં બીજી તરફ કબીર અને ખાલી ક્યારે પ્રેમમાં પડી ગયા, એ બાબતે પથિક અને સિરી થોડા અંજાન હતાં, પછી તો જાણે ત્યાં પ્રેમનું વાદળ ફરી આવ્યુ હોય તેમ ચારેય જણ એક બીજા સાથે વાતોની દુકાન ચાલુ કરી. વાતો વાતોમાં ક્યારે વરસાદ રોકાઈ ગયો એની ધ્યાન જ ન રહી, ત્યારે પથિક કહે છે કે..

"આ રાત હતી, સાથે સાથીનો સાથ હતો,

આ વરસાદ રોકાય ગયો નહીં,

તો તારા હાથમાં મારો હાથ હતો."

આ સાથે સિરી થોડી શરમાતા પથિકનો હાથ પકડે છે, બીજી તરફ કબીર પણ ખાલીના ગળે હાથ નાખતાં ચારેય જણ ઊભા થયાને ચાલવા લાગ્યા. ચારેયના તન પર ના વસ્ત્રો ભીંજાયેલા અને થોડી ઠંડીનું પ્રમાણથી ધ્રૂજતા ધ્રૂજતા પોતાના આવાસ સ્થાને પહોંચ્યા.

5. વળતો સફર

આગલા દિવસે વહેલી સવારે ઊઠીને બધા વળતાં સફરની મજા લેવા તૈયાર હતાં. ટ્રેનનો સમય થતાં, બધા એ કેમ્પના સંચાલન કરતી ટીમ અને રવિભાઈ સાથેથી વિદાય લીધી. બધા રેલવે સ્ટેશન પર પહોંચી ચુક્યાં હતાં, ત્યાં જઈને ખબર પડી કે ટ્રેન કલાક મોડી ચાલે છે, કેમ કે કાલે વરસાદ વધુ હોવાથી રેલવે લાઇન થોડી ખોરવાઈ ગઈ હતી. ત્યારે કાલે રાત્રીના ઉજાગરાને લઈને સિરી અને ખાલી પથિકને જણાવે છે કે એમને માથુ દુખે છે અને શરદી જેવુ થાય છે. તો એમને ત્યાં વીશ્રામ કક્ષમાં આરામ કરાવીને પથિક અને કબીર દવા લેવા માટે બહાર જાય છે. ત્યારે બધા એ સફર માટે નાની મોટી વસ્તુઓ મંગાવે છે અને તે ત્યાં બજાર માંથી લઈ આવે છે, પેલી બે જણને દવા આપીને આરામ કરીને થોડુ સારુ થાય છે, અને દેખતાંમાં જ ટ્રેન આવીને પ્લેટફોર્મ પર ઊભી હોય છે, ત્યારે બધા ટ્રેનમાં ચડી ને પોતાની સીટ પર જઈને બેસી જાય છે, ભાગ્ય ના ભાગે નસીબ તો દેખો સિરી અને પથિકની સીટ સામ સામે આવે છે. આ જોઈને સિરી પથિકને કહે છે કે "લાગે છે હજી લાંબી સફરના હમસફર થવાના છો લાગે? " આ સાંભળીને પથિક મરક હાસ્ય સાથે હસીને ફરી બધાને સીટ દેખાડવામાં લાગી જાય છે અને ટ્રેન ચાલી પડે છે.

બીજી બાજુ સિરી એકલી બેઠી બિચારી આગળના વિચારોમાં ખોવાયેલી હતી કે ફરી ક્યારે મળીશુ? ક્યારે એક સાથે જોડે ફરીશુ? પણ તે જ સમય પર પથિકને કબીર સાથે આવે છે અને સિરીને પૂછે છે કે *"કેમ શું વિચારો છો"* સિરી કહે *"કઈ નહી!"* એટલા મા જ ત્યાં ખાલી આવે છે અને તેમની વાતોમાં વાત કરતા કહે છે કે *"બીજાનું તો નક્કી, પણ આપડે ચાર તો જરૂર ફરી એક સફર પર નીકળવાનું છે!! ફક્ત આપડે ચાર અને કુદરતનો ખોળો!"* આ વાત સાંભળી કબીર બોલી પડયો કે, *" હા ચોક્કસ, અત્યારે નઈ પણ જીવતા રહ્યાં તો જિંદગીના ક્યાંક સફરમાં તો ભેળા જ થશુ જ ને!"* તો સિરી કહે *"કેમ? એવુ કેમ જીવતા રહ્યાં તો જ મળીશ, જયારે મન થાય ત્યારે બધાને યોગ્ય હોય તે વખતે મળીશુ ને!"* આ સાથે સિરીના આંખ જાણે ભરાય આવી હોય તેમ હતું, ત્યારે પથિકે સિરીના હાથમાં હાથ મૂકતાં કહ્યું *"ચોક્કસ મળીશુ"* પછી એક પંક્તિમાં દુઃખ ને દુઃખ સરખાવતા પથિક કહે છે કે..

"અજાણ બની સફર પર નીકળ્યા હતાં,

કોને અંદાજો હતો કે હમસફર થઈ જવાના,

કુદરતની મરજી હતી, આ મુલાકાત માટેની

ફરી હશે મિલન નસીબે તો વળતાં ક્યાંક ટકરવાના,

બાકી કોણ જાણે કાલે, કોણ કબરના દિવાના થઈ જવાના."

આ સાથે ચારેયના ચહેરા પર એક રોનક પળભરમાં ગાયબ થઈ અને એક બીજાથી હસતાં મુખે ગળે મળી પડયા. ત્યાં કબીર તો કેહવા લાગ્યો *"જો હોગા દેખા જાયેગા, ફિલહાલ અભી વક્ત બચા હૈ ઉસકા મજા લેતે હૈ."* આ સાંભળી બધા

હસી પડયા અને પોતાના કાર્યમાં જોડાવા લાગ્યા, પણ કઈ કામ તો હતું નહીં પણ બધા પોતાની પરીક્ષાઓને દાવ પર મૂકીને આવ્યા હતાં તો થોડા સમય માટે બધા વાંચવા મંડી પડયા, કારણ કે કૉલેજ દ્વારા તેમને કહેવામાં આવ્યુ હતું કે તમારી પરીક્ષા ફરીથી તને આપી શકો છો, તો માથે પરીક્ષાની ફિકર આવવા લાગી.

એમખેમ કરતાં કરતાં ૨ દિવસ વીતી ગયા અને ફાગણ સુદ પૂનમ આવી ગઈ અને હોળી આવી ગઈ, ત્યારે બધા પોતાનાં ગામની હોળીના બનેલા કિસ્સા સાંભળવતા હતાં. આ સાથે જ બધા વર્ષોથી રમતાં હોળી આ વખતે ટ્રેનમાં જ જતી રહે છે. અને બીજા દિવસે તો ધુળેટી હતી, રંગો માટે પહેલાંથી જ તૈયારી કરી હતી, કારણ કે ખબર હતી જે ટ્રેનમાં જ હોળી ઉજવણી કરવાની હતી તો સવાર સવારમાં જ એક થેલીમાંથી કબીરે રંગ કાઢ્યો અને સુતેલા પથિકને રંગથી આખા ચહેરાને રંગી નાખ્યો, આનાથી પથિક ઉઠી જાય છે અને મજાકમાં બે ગાળ બોલતાં અટકી જાય છે ત્યારે કબીર હોળીની શુભેચ્છાઓ પાઠવીને પથિક સાથે ગળે મળે છે અને ટીમના બાકીના સભ્યો સાથે ધૂળેટી રમવા ચાલવા લાગે છે. બધા રંગે રંગાય ગયા હતા અને ખૂબ ધમાલ ચાલતી હતી.

ત્યાં એક અજાણ્યા સ્ટેશન પર ગાડીને રોકવામાં આવી, કેમ કે આગળ કંઈક રેલવે લાઇનનું કામ ચાલતું હતું તો ગાડીને અડધો પોણો કલાક જેવો ઊભી રાખવામાં આવી હતી. તે સ્ટેશન અંતરાલ જગ્યા પર અને તેની આજુબાજુ માં દૂર દૂર સુધી વસ્તી દેખાતી ન હતી, તહેવારના હિસાબે માણસો પણ માત્ર ગણ્યા ગાંઠ્યા જ હતાં.

બધાને રંગે રંગ્યા બાદ હવે વારો હતો સિરીનો. સિરી તો જાણે કંઈ ખબર ન હોય તેમ સૂતી હતી. પથિક તેને સીટ પરથી નિંદ્રા અવસ્થામાં જ ઉઠાવીને સ્ટેશન પર પરના બાંકડા પર સુવડાવી દીધી, ત્યાં તો સિરી ઉઠી ગઈ અને કંઈક બોલે તે પહેલાં જ પથિકે એને રંગે રંગી દીધી, પથિકના હસ્તેથી ધૂળેટીનો પહેલો રંગ એના ચહેરા પર લાગતા એના ખુશીનો પાર ન રહ્યો, એને એમ થતું કે હજી એ સપનાં જ જોવે છે. ત્યારે તો બધા પાછળ થી દોડતા આવીને સિરીને રંગબેરંગથી રંગી નાખી. પછી બધાએ મળીને સિરીને હોલી ધૂળેટીની શુભેચ્છાઓ પાઠવવા લાગ્યા. આ દ્રશ્ય જોઈને ટ્રેનના પણ ઘણી ઓછી સંખ્યામાં રહેલા મુસાફરો જોઈને હસવા લાગ્યા અને પછી અમારી ટીમના બધા સભ્યો દ્વારા ટ્રેનના મુસાફરો સૌને રંગ લગાવવામાં આવ્યો, એને ટ્રેનમાં બેઠા વૃધ્ધ વ્યક્તિઓ હાસ્ય સાથે કહેવા લાગ્યા કે *"બચ્ચો જીંદગી કા અસલી મજા તો તુમ લે રહે હો"* આ સાથે જ તેમના સ્વરે સ્વર પૂરતાં કબીર કેહવા લાગ્યો કે *"ચાચાજી, જિંદગી કી બાજી ભી ગજબ હે, જબ અપની બારી હો તો જીંદગી કે મજે લે લેને ચાહિયે, જિંદગી અપને મજે તો રોજ લેતી હે."* આટલુ કહી બધા હસવા લાગ્યા અને નાના રેડિયો પર ગીતો ચાલુ કરીને બધા નાચવા લાગી ગયા, જોતા જોતામાં આ માહોલ એવો જામી ગયો કે ટ્રેનના મોટા ભાગના મુસાફરો આવી ગયાને નાચવા લાગ્યા. બધાની સાથે ઘણો મજા આવવા લાગ્યો, ત્યારે કબીર કહે છે કે *"તહેવારે પણ આપણી સેવામાં રહેતા ટ્રેન ડ્રાઇવર અને ગાર્ડ કાકાને પણ હોળી-ધૂળેટીની શુભેચ્છાઓ પાઠવવી જોઈએ,"*

આ સાંભળી આખી ટીમ ટ્રેનના એન્જિન તરફ જતાં હતાં ત્યાં તો સામે જ ટ્રેન ડ્રાઇવર અને ગાર્ડ મળી ગયા. બધાએ એમને શાંતિ પૂર્વક રંગ લગાવ્યો અને તેમને બધા સાથે ફોટાઓ પડાવ્યા અને કહ્યું, *"બચ્ચો હમારે ઇતને સાલ કી ડયુટી મેં હમારે તહેવાર યુંહી ખતમ હો જાતે થે તુમને આકે હમારી ખુશી બડા દી"* પથિક કહેવા લાગ્યો *"આપ હમારી સેવા કરતે હો, તો હમારા ભી હક હૈ આપકે સાથ ખુશી બાટના"* આ સાંભળી બધા મરક હાસ્ય કર્યુંને ભેટી પડયાં અને અને હાથ મીલાવીને પ્રેમ ભર્યો આભાર વ્યક્ત કર્યો. આ સાથે કબીરને ધ્યાન આવ્યુ કે સ્ટેશન પરના રેલ્વે સ્ટાફને પણ આપણે આપણી ખુશીઓમાં શામેલ કરવા જોઈએ. કબીરની વાતથી બધા સહેમત થયા અને બધા સ્ટાફને રંગ લગાવી આભાર વ્યક્ત કર્યો. આ સાથે જ ટ્રેનનો હોર્ન વાગ્યુ અને સ્ટેશન માસ્ટર એ કહ્યું *"ચલો બેઠ જાવ, વરના યહી રુકના પડેગા"* કહેતા હસવા લાગ્યા.

ઝડપથી દોડતા દોડતાં એમનાથી વિદાય લીધી. આ સાથે બધા ટ્રેનમાં ચડી ગયા. ટ્રેનના દરવાજા પાસે સૌ એકઠા હતાં ત્યારે ઝટકા સાથે ટ્રેન ચાલુ થઈ એ જ ક્ષણે પથિક સિરી સાથે અથડાયો અને સિરીની પર પડતાં પડતાં બચી ગયો, ત્યારે એજ સ્થિતિમાં પથિક સિરી સામે આંખ મેળવવા લાગ્યો પથિક અચાનક સિરી ચહેરો જોતા તે તેના હોટ તરફ આગળ વધવા લાગ્યો ત્યારે જ સિરી એ કહ્યું કે *"વધારે પ્રેમના વરસાવો!!"* કહી પથિકને થક્કો મારી શરમાતા ચહેરા સાથે પોતાની સીટ પર જતી રહી. ટ્રેન ધીરે ધીરે ચાલી પડી છે. હવે બધા થોડા ફ્રેશ થાય છે ત્યાં તો પથિક, કબીર અને ટીમના બાકી છોકરાઓ સાથે બેઠા બેઠા વાતો પોતાના વતનની

ધૂળેટીની યાદો તાજી કરી રહ્યાં હતાં. આ સાથે જ ત્રીજો દિવસનો અડધો ઉપર વીતી ગયો હતો ટ્રેન ફાગણનાં મધમોહક વાતાવરણ સાથે હવાને ચીરતી દોડી રહી હતી.

6. સાહસ પણ જરુરી છે.

સાંજનો સમય હતો સૂરજ ઢળવાને આવ્યો હતો. પથિક દરવાજાની પાસે જઈને બેઠો બહારના રમણીય ડુંગરો, અને ખેતરો દેખીને પોતાના વતનને યાદ કરતો હતો એટલામાં બધાને પૂછતી પૂછતી સિરી આવે છે અને કહે છે *"લે તમે અહીં બેઠાં હું તમને ક્યારની શોધ્યા કરુ છું!"* પથિક કહે, *"કેમ, શુ થયુ?* *"ત્યારે સિરી કહે "કઈ નહી! બસ પૂછતી હતી"* એમ કહેતા તે પથિક પાસે આવીને બેસી જાય છે અને પથિકનો હાથ પકડીને કહે છે *"તમને આમ ટ્રેનના દરવાજે એકલુ બેસવુ સારુ લાગે છે?"* ત્યારે પથિક કહે છે *"મને એકાંત ઘણું વહાલુ છે અને આ ચાલુ ટ્રેનમાં એક જ એવી જગ્યા હોય છે જે એકાંતે ધરતીની પ્રદક્ષણા કરાવે છે"* એમ કહેતા બંને એકબીજા તરફ જોતા વાતો કરવા લાગે છે. આમ ને આગ કરતાં ત્રીજો દિવસનો અંત આવે છે.

બધા જમવાનું પતાવીને સુવાની તૈયારી કરે છે, ત્યાં વિનાબેન આવીને કહે છે રાત્રે ટ્રેન જયાંથી પસાર થવાની છે, ત્યાં લૂંટ-ચોરીની ઘટના વધારે બનતી હોય છે તો સાવધાન રહેવુ અને તમારામાંથી કોઈ પણ બે થી ત્રણ જણ જાગતાં રેવાનું છે. ત્યારે પથિક અને કબીર તૈયાર હતાં જાગવા માટે કારણ કે તેમને આવા ટ્રેનમાં મુસાફરી કરેલાનો અનુભવ વધારે

હતો અને બન્ને કોઈ પણ પરિસ્થિતિમાં લડી લેવા માટે કાયમ તૈયાર રહેતાં. એટલે બંને જાગવાના હતા. રાતનો સમય થાય છે કબીર અને પથિક ડબ્બાના બંને એક એક બાજુના દરવાજા વાળી સીટ પર સૂતા સૂતા મોબાઈલ રમતા હોય છે, બાકી ડબ્બાના મોટા ભાગના વ્યક્તિઓ આરામથી સૂતા હોય છે.

એ સમયે ગાડી એક અજાણ્યા સ્ટેશન પર ઊભી રહે છે. બે અજાણ વ્યક્તિઓ અલગ અલગ દરવાજા પર ચડે છે એમ તો દેખાવે સારા માણસ જેવા લાગતા હતા પણ ડબ્બામાં બે ત્રણ વખત આમતેમ આટા ફેરા મારવા લાગ્યા, ત્યારે પથિકને કંઈક અંશે શક જેવુ લાગ્યુ કબીરને મેસેજ દ્વારા જાણ કરી કે સાવધાન રહેજે, ત્યારે તેમાંથી એક શખ્સ વચ્ચેની સીટ પર બેસી ગયો અને બીજો ત્યાં ઉભો રહ્યો આજુબાજુ દેખતો હતો, કબીર ઉભો થયો અને પથિકની સીટ બાજુ જવા લાગ્યો ત્યારે બંને એકદમ શાંત અવસ્થામાં આવી ગયા. કબીરે ઈશારો કરતાં કહ્યું કે કંઈક ઘટના બનવાની છે તૈયાર રહેજે કહી તે પાછો ફરી પોતાની સીટ પર જઈને સુવાનું નાટક કરવા લાગ્યો. ત્યાં તો પેલાં બંને એ પોતાનું કામ ચાલુ કર્યું. એક વ્યક્તિ કોઈક મુસાફરની બેગ ખોલતો હતો, તો બીજો શાંત થઈને કોઈ દેખતું તો નથી એનું ધ્યાન રાખતો હતો, અને પહેલા વ્યક્તિને ઈશારા સાથે વાતો કરતાં હતાં પથિક અને કબીર મેસેજ દ્વારા એક બીજા સાથે વાત કરી પ્લાન બનાવ્યો. પોતાની પોતાની બાજુના બન્ને દરવાજા બંધ કરી દે અને પછી જે સીટ પર પહેલો વ્યક્તિ બેગ ખોલતો હતો ત્યાં એક ટીમનો મિત્ર પ્રેમ સૂતો હતો.

પ્રેમ એ પણ કબીર અને પથિકનો સારો મિત્ર હતો, કેમ્પના ઘણી જવાબદારીઓ આ ત્રણેય એ સાથે નિભાવી હતી.

પથિક એ પ્રેમને મેસેજ કર્યો, તે ઉપરની સીટ પર સૂતો હતો ફરી એક મીસકોલ એ જાગી ગયો, મેસેજ વાંચ્યો તો લખ્યુ હતું કે "તું કોઈ હરકત કરતો નહીં, નીચે રહેલાં બે માણસો ચોર છે અને કોઈકની બેગ ખોલે છે હું જે કવ તે તું કરજે હું બીજી વખત મેસેજ કરુ એટલે તું પેલા માણસ પર તારો ધાબળો ઓઢાડીને બાથ ભીડવી દેજે, હું ને કબીર પેલા બીજા માણસને પકડી લેસ" આ વાંચતાં જ પ્રેમ ચોક્કી ગયો પોતાની જે અવસ્થા હતી એજ અવસ્થામાં પડી રહ્યો. ફરી એનો વળતો મેસેજ આવ્યો "ઠીક છે, હું તૈયાર છું." ત્યાર બાદ કબીરે ઇન્ટરનેટ પરથી આગલુ સ્ટેશન જોઈને તેનો સમય દેખ્યો, પછી રેલવે સુરક્ષા પર મેસેજ કરી બધી પરિસ્થિતિની માહિતી મોકલી અને મદદ માટે અરજી કરી. પ્લાન હવે એકદમ તૈયાર હતો, હવે માત્ર સ્ટેશન આવવાની 10 મિનિટ પહેલાંની રાહ દેખાવામાં આવી રહી હતી, બીજી તરફ બધા શાંતિથી પોતાની ઊંઘ પૂરી કરી રહ્યાં હતાં, આખા ડબ્બામાં માત્ર પાંચ જણ જાગતાં હતાં, તેમાં કબીર, પથિક, પ્રેમ અને પેલા બે અજાણ્યા શખ્સો. પહેલો માણસ બેગ ખોલીને કિંમતી વસ્તુઓ નીકાળી રહ્યો હતો અને એજ રીતે એને પોતાની સાથેની બે બેગો તૈયાર કરી. બીજો શખ્સ ચાંપતી નજર નાખી રહ્યો હતો. પ્રેમ આ બધુ પોતાના ધાબળામાંથી જોઈ રહ્યો હતો, ત્રણેય જણ વચ્ચે મેસેજથી વાત થઈ, એને સાવધાન રહેતાં કબીરે જણાવ્યુ કે "એમની પાસે હથિયાર હોય શકે છે તો, આપણે કોઈ ભૂલ વગર એમને છટકવાનો કે હથિયાર કાઢવાનો એક પણ મોકો આપવો આપડા માટે જોખમી છે, એટલે ઘણી જ સાવધાની પૂર્વક આપડે એમને પકડવાના છે." કબીર મોબાઈલમાં ટ્રેનનું લોકેશન દેખતો હતો કે સ્ટેશનથી કેટલે દૂર છે. ત્યારે રેલવે

સુરક્ષા તરફથી મેસેજ આવ્યો *"હમેં આપકી અરજી મિલ યુકી હૈ, હમ અગલે સ્ટેશન પર હૈ, આપ સાવધાન રહે. હમને હમારે જવાન જો ટ્રેન મેં હૈ ઉનકા સંપર્ક કરને કી કોશિશ જારી હૈ પર સંપર્ક નહીં હો રહા હૈ હમ જલ્દ કોઈ સહાયતા ભેજતે હૈ."* આ સાથે જ કબીરને થોડી વધારે હિંમત મળી ગઈ. પછી તો ત્રણેય જણ તૈયાર હતાં.

ટ્રેન સ્ટેશનથી 10 મિનિટ દૂર હતી. કબીરએ પથિક અને પ્રેમને મેસેજ કર્યો *"તૈયાર જવાનો ચલો."* પ્રેમના ફોનમાં મેસેજ પડતાં જ પ્રેમ પહેલાં શખ્સ પર ધાબળો નાખીને એના પર ફ્રી પડ્યો અને પહેલો શખ્સ ધાબળા સાથે ડબ્બાના તળિયે ઊંધો પડી ગયો અને પ્રેમ એના પર ચડી બાથ ભીડવીને પડ્યો હતો, એ જ ક્ષણે પથિક અને કબીર સીટ પરથી ઉઠીને ઝડપ ભેર બીજો શખ્સ કોઈ હરકત કરે તે પહેલાં તેને દબોચી પાડ્યો પથિકએ પાછળથી બાથ વાળ્યો અને કબીરએ તેનાં મોં પર હાથ મૂકી દીધો એટલે કોઈ બૂમના પાડી શકે અને પ્રેમ પેલાં શખ્સ પરથી હટી ગયો, તે જ વખત સાથે બીજા શખ્સને પેહેલાં પર લાદી લીધો. પછી ત્રણેય જણ એમના પર ચડી પડ્યા, પેલાં બંને શખ્સોના હાથ છુટ્ટા કરી દેવામાં આવ્યા, અને બંને હાથને બાજુમાં કોઈ છોકરીની ઓઢણી હતી તે ખેસીને બાંધી દેવામાં આવ્યા. ત્યાર બાદ બન્ને ના મોં પણ બંધ કરી દીધા. આ ઘટના ઘડીક ક્ષણે થઈ ગઈ. કોઈને આ ઘટનાની ભનક પણ ન પડી. જાણે કોઈ સિનેમાનું સીન ચાલતું હશે એવી પરિસ્થિતિ હતી, પેલાં બંને શખ્સોને કોઈ હરકત કરવા માટે તક જ ન મળી.

બંને જણા ડબ્બાના તળિયાં પર એક બીજા પર ઊંધા પડ્યા હતાં અને ઉપર ધાબળો ઢાંકેલો, મોંમાં કાપડના ડુસા

ભરેલાં બંનેના હાથ બાંધેલા, કબીર બંનેના પગ પર બેઠો હતો પ્રેમ તેમની પીઠ પર ઊંધો પડયો હતો. પથિક બંનેના હાથ વાળીને બેઠો હતો. આવી હાલતમાં બંને શખ્સોને છૂટવાનો કોઈ મોકો હતો નહીં. ગાડી તેના હોર્ન સાથે ધીમે પડે છે સ્ટેશન આવવાની તૈયારી હોય છે, ગાડી પ્લેટફોર્મની અંદર જતાં જ ચાર પોલીસ જવાન હથિયાર સાથે ગાડીના ડબ્બામાં ચડી જાય છે અને ત્યાં જઈને દેખે છે કે બે માણસોને દબાવીને પથિક, પ્રેમ અને કબીર બેઠા હતા. જવાનો દ્વારા એ બંને માણસોને લઈ જવામાં આવ્યા. લાઈટ બંધ હોવાથી કોઈના ચહેરા જોવા મુશ્કેલ હતા, પણ પેલાં શખ્સોને જયારે સ્ટેશન પર જવાનો લઈ જાય છે ત્યારે પથિક તેમનાં ચહેરા જોવે છે અને ખબર પડે છે કે તે માણસો ઘણાં સમયથી ટ્રેનમાં હતાં અને એમની સાથે હોળીમાં નાચતાં પણ હતાં. તે બીજો ડબ્બો છોડીને પાછલા સ્ટેશન પરથી આ ડબ્બામાં ચડયા હશે. આ વાત પથિક પ્રેમ અને કબીરને જણાવે છે.

આ સાથે જ ડબ્બામાં કોઈક કોઈક જાગવા લાગે છે અને વિનાબેન જાગી જાય છે. એ જ સમયે રેલવે સુરક્ષાના મોટા અધિકારી આવે છે અને પેલાં ત્રણ જણ અને વિનાબેન પ્લેટફોર્મ પર ઉતરે છે ને અધિકારીએ ચારેયને અંદર રેલવે સુરક્ષા દફતર લઈ જાય છે. ત્યારે કબીર પૂરી ઘટના વિનાબેનને કહે છે. ત્યાં જઈને અધિકારી તેમની કાર્યવાહી પૂરી કરે છે. એમના સંપર્ક નંબર, સરમાનું નોંધાવે છે. પછી કબીર, પ્રેમ અને પથિકને શાબાશી આપે છે, કહે છે કે *"બહોત બહાદુર લડકે હૈ, તુમ્હારી જૈસે સબ સાવધાન ઔર સતર્ક રહે તો ઐસે હાદશે કમ હો જાયેંગે, ફિરસે એક બાર આપ સબકા ધન્યવાદ કરતાં હું ઔર*

માફી ભી માંગતા હું હમારે જવાન ટ્રેન में होते है પર આજ ક્યાં હુઆ પાતા નહીં" કહીને અધિકારી તેમની આગળની કાર્યવાહી શરુ કરે છે અને ટ્રેનને રવાના કરવા માટે સ્ટેશન અધિકારી સાથે વાત છે. વિનાબેન અને પેલાં ત્રણેયને ટ્રેનમાં ચડી જવા વિનંતી કરે છે. ત્યાર પછી ટ્રેનમાં ઓન ડ્યૂટી જવાનને બોલાવી તેમની જગ્યા પર બીજા જવાનોને મોકલવામાં આવે છે. આ સમગ્ર ઘટના અંગે અધિકારી નિંદા કરે છે અને સુરક્ષાની બેદરકારી માટે આગળની કાર્યવાહી કરે છે, અને ટ્રેનને લીલો સિગ્નલ સાથે રવાના કરવામાં આવે છે.

ટ્રેનમાં આવીને દેખતાં ડબ્બામાં મોટા ભાગના બધા મુસાફરો જાગી જાય છે અને વાતો અંદરો અંદર વાતો કરતા હોય છે "ક્યાં હુઆ?" તો કબીર તેમને જવાબ આપતા કહે છે "कुछ नहीं सब ठीक है" કહીને બધાને શાંત કરે છે અને બધા પોતાની ઊંઘ પૂરી કરવા લાગે છે. પણ ટીમના થોડા સભ્યો જાગતાં હતા, પ્રેમ આવીને સામાન ચેક કરે છે બધુ બરાબર હતું ટીમે માંથી સિરી અને બીજા બે જણ જાગે છે અને પ્રેમ આ સમગ્ર ઘટના કહે છે. આ સાંભળતા જ સિરી સાથે ટીમના બીજા સભ્યો ડરી જાય છે અને પછી વિનાબેન કહે છે કે ડરવા જેવુ નથી, પોલીસ જવાનો હવે ટ્રેનમાં છે અને તે આંટા મારતાં રહેશે, છતાં હું હવે જાગુ છું તમે બધા હવે આરામ કરો. પછી બધાને હાશ મળી.

બધા સુવાની જવા કરે છે ત્યારે પથિક ઊભો થાય છે ત્યારે લથડી પડે છે અને કબીરનો સહારો લે છે, ત્યારે બધા પથિકના કમરના સાઈડ ભાગ પર લોહી વાળા કપડાં દેખીને ધબરાય જાય છે અને પથિક ને પૂછે છે "શુ થયું?" ત્યારે પથિક

પોતાનો શર્ટ હટાવતા કહે છે "*ખબર નહીં!!!!*" ત્યાં દેખતાં ખબર પડે છે કે પથિકને કમરના એકદમ સાઈડના ભાગમાં ચાકુનો ધા દેખાય છે. વિનાબેન ઘભરાયને સિરીને કહે છે "*મેડિકલ કીટ લાવ...*" સિરી પણ ઘણી ઘભરાય જાય છે અને જલ્દીથી મેડિકલ કીટ શોધવા લાગે છે. પથિકને ખબર હોતી નથી કે આ ધા કઈ રીતે પડયો, પછી ધ્યાન કરતાં તે જણાવે છે કે "*કદાસ, પેલા માણસને બાથ ભીડવતા સમયે એનું હથિયાર વાગી ગયું હશે લાગે!!!!*" આ સાંભળતા કબીરને ગુસ્સો આવે છે અને તે પેલાં માણસને ગાળો બોલતાં બોલતાં અટકાઈ જાય છે. ત્યારે સિરી મેડિકલ કીટ લઈને આવે છે. સિરી એ કોલેજમાં ગયા મહીને જ પ્રાથમિક સારવારનો કોર્ષ કરેલો હોવાથી તે મેડીકલ વિશે જાણતી હતી, ત્યારે ધા દેખે છે અને તે હિંમત કરી પથિકનું શર્ટ ઉતારી તેને દવા કરીને પટ્ટી બાંધે છે. ધા વધારે મોટો હતો નહીં, પણ સિરીની નજરે તો જાણે વધારે મોટો ધા હોય તેમ તે ભીની આંખો સાથે પથિકને પટ્ટી બાંધતી જાય છે અને બબડતી જાય છે કે "*થવા દેત ચોરી તારે વચ્ચે પાડવાની શી જરૂર હતી? કરી નાખ્યા ને ધા હવે*" આ સાંભળી બધા થોડા હસવા લાગે છે પણ પથિક સિરીની આંખો પોચતાં કહે છે "*અરે, કઈ નથી આ નાનો ધા છે ઝટ રૂંધાય જશે*" વિનાબેન પથિકનો ધા નાનો હતો તે દેખીને થોડો હાશ ભરતાં કહે છે, "*ચલો હવે બધા સુઈ જાવ, ને સિરી તું પથિકની બાજુ વાળી સીટ પર રેજે, પથિક ને કંઈક દુખાવા જેવું થાય માટે તું એની સાથે રહેજે*" એટલામાં કબીર બોલ્યો "*આ ઘટનાની જાણ હવે અહીં જ પૂરીકરી દઈએ, બીજા સભ્યો કહેશુ તો થોડા ડરી જશે એટલે હવે આ ઘટનાની*"

વાત ક્યારે અને કોઈ પણ નહીં કરે." વિનાબેન કહે "બરાબર છે, આ વાત અહીં જ પતાવી દઈશુ" કહીને બધાને સુવા મોકલે છે અને વિનાબેન પોતાની સીટ પર જઈને જાગતાં હોય છે. સિરી, પથિકને સીટ પર સુવડાવે છે અને ધાબળો ઓઢાડતા કહે છે "બીજી વખત આવી હરકત કરી તો, પહેલાં તો હું જ મારીશ તને સમજ્યો," કહીને પથિકના ગાલ પર એક પ્રેમભરી હળવી ઝાપટ મારે છે, ત્યાં તો પથિક તેને પોતાની સીટ પર બેસાડીને હસતાં હસતાં કહે છે કે "તારા જેવી મલમ પટ્ટી કરવા વાળી મળે, તો હું તો રોજ આવા ઘા ખાવા તૈયાર છું" આ સાંભળી માદક ગુસ્સા સાથે સિરી "જાવ, તો હવે હું પટ્ટી નહીં કરુ" કહીને સામેની સીટ પર સુવા પડે છે. આમને આમ એકબીજા સાથે અનબનની વાતો કરતાં કરતાં ક્યારે પથિક સુઈ જાય છે ખબર જ નથી પડતી. પછી સિરી એને ઓઢાડીને એ પણ સુઈ જાય છે.

7. દુ:ખ વચ્ચે આનંદ

વાપસી સફરનો ચોથા દિવસે સવારની કંઈક જુદી જ તાજગી ભરેલી હોય છે. પથિક કબીર અને પ્રેમ ઘસઘસાટ ઊંઘમાં હોય છે. બધા જાગે છે, નાસ્તો કરે છે, ત્યારે સમય ૧૦ વાગ્યાની આજુબાજુનો હોય છે. સિરી અને ખાલી કબીર અને પથિકને જગાડવા માટે કોશિશ કરે છે, ત્યારે પથિક સિરીનો હાથ પકડીને પોતાના પર પાડી દે છે ત્યારે સિરી કહે છે *"કંઈક શરમ કરો, બધા દેખે છે, અને તમારા ભાઈબંધના જન્મદિવસે તમે અત્યાર સુધીસૂતા છે શુ થશે તમારુ?"* પથિક ચકિત જતાં ઊભો થાય છે અને કહે છે *"કોનો જન્મદિવસ છે?"* તો સિરી કહે છે *"લે ભૂલી પણ, ગયા કેવા મિત્ર છો, આજે પ્રેમભાઈ જન્મદિવસ છે."* પથિક માથે હાથ મૂકતાં કહે છે કે *" અલે યાર, હું તો ભૂલી જ ગયેલો, ક્યાં છે પ્રેમ?"* આ કહીને તે ઊભો થાય છે ત્યારે સિરી કહે *"સૂતો છે, કેવો છે હવે ઘા, ચાલો ફરી એક પટ્ટી બાંધી આપુ."* પથિક ઉતાવળે *"ના, પછી બાંધજે."* કહેતા ઝટ ચાલે છે પ્રેમની સીટ તરફ ત્યાં કબીર મળે છે અને પાછળ બેઠેલાં બધા ટીમના સભ્યો આવી જાય છે ત્યારે કબીર પ્રેમને ઉઠાવે છે અને કહે છે *"ચાલ, આપણું સ્ટેશન આવી ગયું"* ત્યાં તો અડધી ઊંઘમાં પ્રેમ ઊભો થઈને *"ચાલ"* કહીને સમાન લઈને તૈયાર થઈ જાય છે, ત્યાં બધા હસી પડે છે અને તેને જન્મદિવસની શુભેચ્છાઓ પાઠવે છે. પ્રેમ એકવાર તો સ્તબ્ધ થઈ ગયો અને કહેવા લાગ્યો

"કોનો, જન્મદિવસ છે?" પ્રેમ કાલે રાતની ઘટનાથી બધુ ધ્યાન બહાર થઈ જાય છે. ખાલી કહે છે "અરે, પ્રેમભાઈ તમે ભૂલી ગયા, તમારો જ છે" ફરી હાસ્યનો માહોલ જામે છે અને પ્રેમ ધ્યાન કરતાં કહે છે "અલે યાર, ઊંઘ ના ચક્કરમાં હું મારો જ જન્મદિવસ ભૂલી ગયો." આટલુ કહેતાં જ પથિક અને કબીર તેને ઉઠાવી લે છે અને શૌચાલય પાસે લઈ જાયને તેના ઠંડા પાણીથી પ્રહાર કરે છે અને બધા બુમો પાડવા લાગે છે "જન્મદિવસ ની ખૂબ ખૂબ શુભેચ્છાઓ પ્રેમભાઈ" આ દ્રશ્ય જોતા આજુબાજુ ના મુસાફરો પણ હસવા લાગે છે અને પ્રેમ હસતાં હસતાં કહે છે "અલે જપો, આવુ કોણ કરે યારર, આખો પલાળી નાખ્યો મને," તો કબીર કહે છે, "આતો, તું ખુશનસીબ છે કે તું ટ્રેનમાં છે, નહીં તને તો માટીમાં નવડાવવાનો હતો" આ સાંભળી બધા ફરી હસી પડે છે, વાતાવરણ એકદમ ખુશમમજાજ બની જાય છે. ત્યાર બાદ બધા પોતાની સીટ પર જાય છે અને ત્યારે પ્રેમ કપડાં બદલવા માટે જાય છે.

પથિક પોતાની સીટ પર આવે છે બાજુમાં સિરી પણ આવી જાય છે અને દેખે છે પથિકનો શર્ટ ફરી લોહી વાળો થઈ ગયો છે ત્યારે તે શર્ટને થોડો ઉઘાડો કરીને પટ્ટી ખોલીને ફરી દવા લગાડીને નવી પટ્ટી બાંધતાં કહે છે, "હવે કોઈ સ્ટેશન આવે તો ઉતરી દવાખાને જવાનું છે, પછી બીજી કોઈ ગાડી મળે તેમાં જતાં રેહશુ." પથિક કહે "અરે યાર, કઇ નથી આ હમણાં ઠીક થઈ જશે, આ તો ફરી કંઈક એના પર વાગ્યુ હશે એટલે લોહી નીકળી છે." સિરી કહે "કઈ પણ હોય, મારાથી આ બધુ નથી દેખાતું દવાખાને જ જવુ છે હવે બસ." આટલુ કહેતાં તે શાંત

થઈ ગઈ અને પશ્ચિક કહે છે "અરે, આવી નાની નાની વાતો શું દવાખાને જવાનુ, મટી જશે" અને સિરીનો હાથ પકડતાં કહે છે "અને, ઘા બાંધવા માટે તું તો છે જ ને!" સિરી શરમાય કહે છે "હટ, હવે હું પટ્ટી લગાવવા નહીં આવુ તો." આમ થોડી પ્રેમ ભરી રકઝક થોડા સમય પછી બંને શાંત થાય છે અને કબીર અને બીજા બે ત્રણ મિત્રો ત્યાં આવે છે અને કહે છે "ચલ, હવે શુ પ્લાન છે પ્રેમ માટે?" તો એક મિત્ર કહે છે કે "ઓનલાઈન કેક મંગાવીએ" બધાને પ્લાન સારો લાગ્યો અને કેક મંગાવીને જન્મદિવસની ઉજવણી કરી.

આ સાથે મસ્તીધમાલ કરતાં કરતાં ક્યારે રાત પડી જાય છે તે ખબર નથી પડતી બધા સુવાની તૈયારી કરતાં હોય ત્યારે વિનાબેન બધાને ફરી બોલાવે છે કારણ કે કાલનો દિવસ સફરનો છેલ્લો દિવસ હતો અને આજની રાત બધા સાથેની છેલ્લી રાત હતી. વિનાબેન કહે છે કે "આજની રાત છે, કાલેથી બધા પોતપોતાની જીંદગીમાં ફરી વ્યસ્ત થઈ જશો, માટે તમારા બધા માટે મારા તરફથી એક ભેટ આપુ છું, ફરી ક્યારે મળીશુ એવો ચોક્કસ વાયદો તો ન થાય પણ, મળીશુ જરુર અને આપણો આ કેમ્પ આપણા બધાની જીંદગીનો એક અનોખો અનુભવ રહેશે, તમારી સાથેના આ યાદગાર પળો હું ક્યારેય ન ભૂલુ, " બસ આટલુ કહેતા જ તેમની આંખો પાણીથી ભરી આવી. સાથે બધાના ચહેરા ઉતરેલા જેવા થઈ ગયા અને બધા એકબીજાને ભેટી પડયા, માહોલ જાણે માતમનો થઈ ગયો હતો એવુ લાગવા લાગ્યુ, ત્યાં બીજા મુસાફરો પણ તાળીઓ પાડવા લાગ્યા અને એમાંથી કોઈ એક એ કહ્યું "તુમ્હારે સાથ સફર કરકે

બહોત મજા આયા, ઔર આપ સબકા પ્યાર દેખ કર દિલ ભર આયા." આ સાથે ટીમ તરફથી પથિક બધાનો આભાર માન્યો અને બધા પોતાની સીટ પર જવા લાગ્યા. પથિક વિનાબેન સાથે વાત કરતાં કહે છે કે " મેમ હું કાલે સવારે મારું સ્ટેશન આવી જશે એટલે હું ત્યાં જ ઉતરી જઈશ." તો વિનાબેન કહે "સારુ વાંધો નહીં," અને પથિકનો આભાર માનતા કહું "તારા વિના કદાસ આ કેમ્પ અમારા માટે અધૂરો હતો." પથિક કહે છે "અરે ના, મેમ એક અનુભવી આગેવાન વિના સેનાનું કામની નથી." એમ કહેતા પથિક વિનાબેનના ગળે વળગતાં રડી પડે છે. ત્યાંથી જઈને પથિક પોતાની સીટ પર જાય છે ત્યાં સિરી તેની રાહ જોઈને બેઠી હતી, કશું પણ બોલ્યા વગર આંખમાંથી આંસુ ઝરઝર ટપકતાં હતાં, ત્યારે પથિક તેની પાસે જઈને તેના આસું લૂછતાં કહે છે "કહે છે, તું રડે છે કેમ? હું આવીશને તને મળવા, તું તો જાણે એમ કહેતી હોય કે હું ફરી ક્યારે ન આવવા હોય તેમ રડે છે." આટલુ સાંભળતા જ સિરી પથિકને ભાથ ભીડવી દે છે અને પથિક પણ આંખો ભીની થઇ જાય છે. ત્યારે ત્યારે પથિક સિરીને પોતાનાંથી દૂર કરતાં કહે છે " દેખ, તારા માટે મારા તરફથી ભેંટ" એમ કહેતા તે બેગ માંથી એક ભેંટનું બોક્સ કાઢીને આપે છે, વળતાંમાં સિરી પણ પોતે લીઘેલી ભેંટ પથિક તરફ ધરતા ભીની આંખો સાથે કહે છે, "એક વાયદો કરજો, મને ભૂલી ન જતાં." પથિક કહે છે "અરે, ગાંડી તું કંઈક ભૂલવા જેવી વ્યક્તિ છે! તને તો આખી જીંદગી યાદ કરતો રહીશ." આમ એકબીજાથી જુદાં પાડવાના પળને લઈને બંને ક્યારે સુઈ ગયા તમને ધ્યાન ન રહ્યું .

સફરની છેલ્લી ઘડી આવે છે પથિક પોતાના સમાન સાથે તૈયાર રહે છે, તેનું સ્ટેશન આવવાની થોડીક જ વાર હતી, પથિક બધાને સાથે ગળે મળીને આખરી વિદાય લેવાં જાય છે ત્યાં કબીર અને પ્રેમ આવીને પથિકને બાથે ભરી લે છે. આ સાથે જ આંખ ભીની થઇ જાય છે અને પથિક સિરી પાસે જાય છે ત્યાં એક બાજુ માં બેઠી હતી ત્યાં પથિકને પાસે આવતા દેખીને તે પોતાને રોકી ના શકી ઝટ સાથે પથિકના ગળે વળગી જાય છે. બંને આંખે આસુડાની ધારા વહેવા લાગે છે, ત્યારે પથિક પોતાનાં આસુ રોકતાં કહે છે, "બસ અલે, જો કાલે તને મળવા આવુ છું," સિરી માદક સ્વર સાથે કહે "તો, જાવ છો કેમ?" એટલામાં સ્ટેશન આવી જાય છે અને પથિક ઉતરી જાય છે, ફરી મળવાના વાયદા કરતાં ટ્રેન ચાલી પડે છે, પથિક હાથ ઊંચો કરી બધાને છેલ્લો ચહેરો દેખાડે છે, ત્યાં સિરી બારીમાંથી આસુ વિખેરીતી પથિકને એકધારી નજરે જોયા કરે છે, પથિક પણ આંખ પોછતાં સિરી તરફ તાક્યા કરે છે. બંને એકબીજાના ચહેરા દૂર થતાં જોવા મળે છે અને અંતે એકબીજા સામેથી ગાયબ થઈ જાય છે. આ તેમનો છેલ્લી વખત આંખી નજરે દેખેલો ચહેરો હતો. પથિક ત્યાં જ સ્ટેશન પર બેસી જાય છે અને વિચારે છે કે "ક્યાંક, મારે તેને મારા દિલનું વાત કહી દેવા હતી, ફરી ક્યારે અને કેવી હાલતમાં મુલાકાતો થાય કોઈ નક્કી નથી." આ અફસોસ સાથે તે પોતાને સમેટીને સ્ટેશનની બહાર નીકળે છે અને ત્યાંથી ઘર તરફ જવા નીકળી પડે છે. બીજી બાજુ સિરી હજુ સુધી રડતી જ હતી, ત્યાં ખાલી આવી અને તેને સમજાવતાં કહે છે, "હજુ તો, આખી જીંદગી પડી છે, ક્યાંકને ક્યાંક

એ મળી જશે." થોડુ સમજાવતાં સિરી શાંત થાય છે, છતાં તે ઉદાસ ચહેરા સાથે એકલી જ બેઠી રહે છે.

આખરે 3 કલાક પછી બધા ઉતરે છે અને એકબીજાને ભેટીને છેલ્લી વિદાય લે છે અને પોતાના વતન તરફ આગળ વધવા માટે બસ પકડે છે. સિરી પણ ઉદાસ મન સાથે ઘરે જાય છે અને ઘરે જતાં પહેલાં તે પોતાને વ્યવસ્થિત કરે છે, અને એક સુંદરહાસ્ય સાથે ઘર તરફ દોડી જાય છે.

ત્યાં પથિક ઘરે જઈને સાંજે પરિવાર સાથે બેસીને કેમ્પની યાદો બધાને કહેવા લાગે છે, પણ સિરી સાથેની દોસ્તી કે પ્રેમની વાત એ પોતાના મનમાં જ દબાવી રાખે છે. ત્યારે સિરીને યાદ કરતા તેને મેસેજ કરે છે, અને તેના હાલ ચાલ પૂછે છે. પછી બધી ટીમ સાથે વાત કરે છે મન થોડુ હળવુ કરે છે.

8. પ્રેમ પ્રસ્તાવ

થોડા દિવસો પછી પથિક સિરીને લઈને થોડો વધારે વિચારવા લાગે છે અને પોતાનાં પ્રેમ પ્રસ્તાવ માટે કવિતા લખીને સિરીને મોકલી દે છે, અને કહે *"તું આરામથી વિચારીને જવાબ આપજે, તારે જેટલો સમય લેવો હોય એટલો લઈ લેજે."* આ સાથે તે સિરીના જવાબની રાહ દેખે છે. જોતા જોતામાં રાત થાય છે અને સિરી કવિતા વાંચતા તેનું દિલ ભરાય આવે છે. આ પળ માટે તે કેટલાં સમયથી રાહ જોઈને બેઠી હતી. કવિતા વાંચી તેનું દિલ જવાબમાં *"હા"* કહે છે, પણ મેસેજ લખવા તેના હાથ નથી ચાલતાં, કેમ કે બંનેની જાત અલગ હતી. ભવિષ્યમાં તેનાં વિરુદ્ધ જઈને લગન કરવાએ તેમની જીંદગીની સૌથી મોટી ભૂલ હોય શકે અને તે તેમનાં ઘરની આબરૂ વિશે વિચારતાં આંખ ભીની થાય જાય છે. આ સાથે તે પથિકને મન મક્કમ રાખીને વળતો જવાબ આપે છે કે *"માફ કરજે, પણ હું તને ખોટો દિલાસો નહીં આપુ, મારા તરફથી ના છે,"* અને આ સાથે જ સિરી આંખ ભરી રડી લે છે, કેમ કે આ એની જીંદગીનો એક વળાંક હતો. પણ તે પોતાને રોકતાં આ મેસેજ પથિકને મોકલી દે છે. મેસેજ જોતા પથિક કહે છે *"વાંધો નહીં, તારી મરજી, પણ મેં મારા દિલમાં જે હતું તે કહી દીધુ છે"* આમ, પથિક તેને ના, કહેવા નું કારણ પણ પૂછ્યું ન હતું. આ જવાબથી તેની આંખોમાં નમી થઇ પણ તેને ખબર હતી ભવિષ્યમાં તેમનો સાથ આપવા

પરિવાર આ બાબતે રાજી ના થાય અને પથિક પણ પરિવાર કે સમાજ વિરુદ્ધ જઈને કોઈ પગલુ ભરવા તૈયાર ન હતો. પણ એના દિલમાં એક વાત હતી કે *"જીંદગીભર માટે નહીં પણ જ્યાં સુધી સાથે રહી શકાય ત્યાં સુધી તો સાથે રહે ને."* પથિક બધુ જાણતો હોવા છતાં તે પોતાનું દર્દ ડાયરી પર નાખતાં લખે છે કે..

"કે ગમવા છતાં તું હા ન બોલી, તારી લાગણીથી વાકીફ છું;
હું ક્યાં તને જોર કરું, તારા પ્રેમને જાણતો રકીફ છું હું."

આમ ને આમ થોડા દિવસો વીતે છે પણ પથિક અને સિરી વચ્ચે કોઈ વાત થતી નથી. સિરી પથિકના મેસેજની રાહ જોવે છે, પણ પથિક ન મેસેજ કરે છે કે ન કોલ કરે છે, પછી એક દિવસ સિરી સામેથી તેને મેસેજ કરતાં કહે છે કે *"માફ કરજો, પણ મારી ના કહેવા પાછળનું તે કારણ પણ નહીં પૂછ્યું? આપડે આ રીતે દોસ્તીનો અંત તો નથી લાવવો."* આટલુ કહેતાં સિરી પોતાના કામે વળગી જાય છે. પથિક પોતાના કામથી નવરો થતાં મેસેજ દેખે છે અને વળતો જવાબ આપે છે, *"કે છે મને ખબર છે તું ભવિષ્યને લઈને ચિંતા કરે છે, અને મને તારો આ વિચારથી ઘણો પ્રભામવીત થયો, પણ હું જે વાત તને કહું તેનો અંતમાં વધારે દુઃખ થાય તેવુ છે અને જીંદગી માટે તે એક હાદસો બની શકે છે એટલે હવે એકબીજાથી દૂર થવુ મારા ખ્યાલથી સારો રસ્તો છે."* આ જવાબ વાંચતા જ સિરીના પગ નીચેથી જમીન ખસી જાય છે અને કહે છે *"મને તારાથી આવા જવાબની અપેક્ષા ન હતી, પણ વાત શું છે એ મને બરાબર સમજાવ"* ત્યારે પથિક કહે છે કે *"આપડે એકબીજાને જાણીએ ત્યાં*

સુધી તો પરિવાર આપણા સંબંધને ક્યારેય નહીં સ્વીકારે, અને તેમની વિરુદ્ધ થઈને ક્યારેય કોઈ પગલું ભરવુ નથી પણ મારી વાત એમ છે કે જીંદગીભર માટે નહીં પણ જ્યાં સુધી તું સાથ આપે ત્યાં સુધી તો સાથ આપને અને વાત રહી લગનની તો તને જે યોગ્ય લાગે તેના સાથે કરી લેજે પણ તે સમય પર એકબીજાથી જુદાં થવાનું દુઃખ ન તારા થી સહન થવાનું છે કે ન મારાથી, એટલે કવ છું કે અત્યારે આપણે જુદાં થવુ એક યોગ્ય સમય છે" એટલું કહેતા પથિક હતાશ મન સાથે મેસેજ મોકલી દે છે.

સિરી જવાબ આપતાં કહે છે કે "મને તારી વાત મંજૂર છે આગળ જે થશે તે દેખાઈ જશે" સિરી પથિકને ખોવાથી ક્યાંક ડરતી હતી, પણ પથિક આ વાત માનવા તૈયાર ન હતો કારણ કે ભવિષ્યમાં સિરીને તે વધારે દુઃખી દેખી શકતો તેમ ન હતો, પણ સિરીની જિદ્દ સામે પથિક નમી જાય છે અને તે જીંદગીના અધૂરા સફર સુધી સાથ આપવા તૈયાર થઇ જાય છે. બંને દૂર અંતરોના સંબંધ માટે રાજી થઈ જાય છે, પછી સિરી અને પથિક એકબીજામાં એટલા ખોવાઈ જાય છે કે તેમનું ધ્યાન બીજે ક્યાંય પણ લાગતું ન હતું અને પ્રેમની એક નવી કહાની રચવાની શરૂઆત થઈ જાય છે, જેનો અંતમાં દુઃખ સિવાય બીજુ કંઈ જ ન હતું.

૭. જીંદગીની વ્યસ્તતા

આ સાથે જ દિવસોને દિવસો પસાર થવા લાગે છે. ટીમના બધા પોતપોતાની રોજીંદી જીંદગીમાં વ્યસ્ત થઈ જાય છે. છુદ્દા પડયાના પહેલાં થોડા દિવસો તો બધા સાથે વાતચીત થતી હતી, પણ સમયની સાથે બધા થોડા બદલતાં નજર પડે છે અને બધા વચ્ચેના સંપર્ક ઓછા પડવા લાગે છે. કોઈને એકબીજા સાથે વાત કરવા પણ સમય મળતો ન મળતો હતો. એક સમયે દોસ્તીમાં આસું પડતાં હતાં, તે હવે એકબીજાથી વાત કરવા જ સમય નથી મળતો. છતાં કબીર અને પથિક એકબીજાના હાલચાલ પૂછતાં રહે છે. બધા પોતપોતાની જીંદગીમાં એટલા વ્યસ્ત થઈ જાય છે કે ક્યારેક સાથે વિતાવેલા યાદગાર પળો પણ ક્યાંક ઘસાતી જીંદગી સાથે ઘસાવા લાગે છે. પથિકને ક્યાંક આવા આ વ્યસ્ત જીંદગીમાં વિચાર આવતાં લખે છે કે...

" ક્યાંક તો મુલાકાતોનું ઠેકાણું ગોઠવ એ દોસ્ત,

હવે ટૂંકી આ જીંદગીનો ભરોસો રહ્યો નથી, ક્યાંક

નજરે તમે, તો ક્યાંક કબરે અમે, દેખાય છે હવે."

સમય પસાર થતો જાય છે મહિનાને મહિના વીતવા લાગે છે. પથિક પણ પોતાના કામ અને ભણતરને લઈને વ્યસ્ત

રહેતો હોય છે, આ કામના ચક્કરમાં તેના અને સિરી વચ્ચેના સબંધની દોરી ક્યાંક ઉકલતી હોય તેમ લાગે છે. સિરી અને પથિક વચ્ચે નાની નાની વાતો પર ઝગડા થવા લાગે છે. સિરી પથિકને મળવા માટે સમય માંગે છે પણ પથિકને પોતાના કામમાંથી ફુરસત મળતી નથી. થોડો સમય જતાં બંનેના નાના નાના ઝગડા વિશાળ રૂપ ધારણ કરે છે અને તેમની વચ્ચે વાતચીત ઓછી થવા લાગે છે. એક સમય જતાં બંને એકબીજા સાથે વાતચીત એકદમ બંધ થઈ જાય છે. લગભગ મળ્યાનાં દસ બાર મહિનાના પછી સંબંધ જાણે અંત સુધી પહોંચવા આવ્યો હતો. એકબીજા સાથે ટૂંકા સમયના સાથી હવે, ક્યાંક ખોવાઈ જ ગયા હતાં. બંને પોતાની જીંદગીમાં વ્યસ્ત થઈ જાય છે. સિરીને એમ હતું કે એ વાત કરવા નથી માંગતા તો હું પણ કેમ સામે ચાલીને વાત કરુ અને બીજી તરફ પથિક પણ આ જ વિચાર ધરાવતો હતો, છતાં સિરી પથિકને દરરોજ યાદ કરતી. એકબીજાના સોશિયલ મીડિયાથી તમને એકબીજાના હાલ ચાલ દેખી લેતાં પણ ક્યારેય એક મેસેજ કરવાની બંને એ હિંમત ન કરી. એમ તો બંને એકબીજાને યાદ તો કરતાં પણ જતાવતા નહીં, ક્યારેક પથિકને સમય મળતો તો, સિરીની યાદોમાં કવિતા લખી દેત કે....

" રુઠીને તારું ઉદાસ મન રાખવું જરૂરી છે શું?
આમ જ શાંત રહેવું તારા માટે જરૂરી છે શું?

દોષ તો સમયને પણ આપી ન શકાય મારાથી,
તમારી ઇન્તજાર કરતાં રહેવું જરૂરી છે શું?

આ લાગણીના બંધાયેલા શબ્દોને સમજો, થોડા
આમ, મફતનું એકાંત અનુભવવું જરૂરી છે શું?

છોડને જીદ તારી હવે તો એકલતા તૂટી છે મારી,
તારું, આમ મને એકલો મૂકી જવું જરૂરી છે શું?

ટાઢ તડકાએ રાહ જોવાય તારી પડછાયા સાથે,
આ વંટોળ વચ્ચે મૂકીને જતું રહેવું જરૂરી છે શું?

મંજિલના વાયદા સાથેના હતાં, આ "પથિક" થી,
તમારું આમ, અધપંથે છોડી જવું જરૂરી છે શું ?"

પણ ક્યાંક આ પથિકના હદયના સ્પંદનો સિરી સુધી
પહોંચ્યા ન હતાં. સિરી દ્વારા આ કવિતા વંચાય નહીં, કદાસ
વાંચી શકતી તો ફરી કઈક થઈ શકતું પણ કઈ થયું નહીં. વાત
એટલી હદ સુધી પહોંચી ગઈ કે એક વાર પથિક, સિરીના
ગામમાંથી નીકળે છે, આ વાતની જાણ સિરીને પથિકના
સોશિયલ મીડિયાથી થાય છે, છતાં ન પથિક તેને મળવા જાય
છે અને ન તો સિરી તેને પોતાના ઘરે બોલાવે છે. સમય કોઈ
માટે રોકાતો નથી અને આમ ને આમ પાંચ છ મહિના વીતી
જાય છે, પથિક અને સિરી તો શુ, ટીમના કોઈ સભ્ય સાથે કોઈથી
વાતચીત થતી ન હતી. બધા પોતપોતાની જીંદગીમાં ખુશ હતાં.

10. વળતો પ્રેમ

સમય જતાં પથિક નોકરી માટે પોતાનું વતન છોડીને અજાણ શહેરમાં જાય છે. હવે પથિકને પોતાના શોખ અને એકાંત ઘણું ખૂંચવા લાગે છે. તે અજાણ શહેરમાં હતો, ત્યાં ન કોઈ પરિવાર હતો કે ન કોઈ ઓળખાણ હતી, બસ સવારે નોકરી પર જતો સાંજે પાછો આવીને સુઈ જતો. હવે તેને પોતાની જીંદગીથી ક્યાંક ને ક્યાંક કાંટાળી ચડયો હતો. ઘરેથી પથિકના લગ્નની વાત પણ ચાલુ હતી, પણ પથિકએ આ બાબત માટે ચોખ્ખી ના કહી દીધી. ત્યારે તેને સિરીની યાદ સતાવા લાગે છે, કારણ કે હવે તે પોતાના એકાંતથી થાકી છુક્યો હતો. તે સિરીને મેસેજ કરવાની હિંમત નથી કરી શકતો. પણ એક દિવસ તે હિંમત કરીને મેસેજ કરે છે કે *" કેમ છે? "* બીજી બાજુ સિરી પણ પોતાના વધુ અભ્યાસ માટે પોતાના ગામથી થોડે દૂર આવેલા શહેરની કૉલેજમાં અપડાઉન કરે છે. તેના ઘરની પરિસ્થિતિ સામે થોડી લાચાર હોવા છતાં તે વ્યથા રાખી અભ્યાસ અને ઘર બંને ખૂબ જ સારી રીતે સાંભળતી પણ તેને ક્યાંક પથિકની યાદમાં ક્યારેક ઘણી ઉદાસ થઈ જતી. હોય છે. એ પણ કોઈને પોતાની વ્યથા સંભળાવીને પોતાના મનને હલકું કરવા માંગતી હતી. તેને પણ પથિકની યાદ આવવા લાગે છે.

એક દિવસ પથિક હિંમત કરીને મેસેજ કરે છે કે "કેમ છે?" થોડા સમય પછી સિરીનો જવાબ આવે છે "મજામાં, અને તું?" પથિક "ઠીક છે એમ કહીને" આગળ વાતો કરવા લાગે છે પછી પથિક પોતાની પરિસ્થિતિ વર્ણવે છે, ત્યારે સિરી કહે છે એટલે કે "તને, મારી જરૂર પડી એટલે મેસેજ કર્યો એમને !!" સિરી થોડા મજાક સાથે આ વાત કરે છે પણ પથિક તેને માફી માંગતાં લખે છે કે...

"કે ભુલ તારી હતી કે મારી શું ફરક પડે છે;
તું વિચારી જોને આપણાં સંબંધને ઘણો ફરક પડે છે."

સામેથી સિરી પણ પથિકથી માફી માંગે છે, પછી સિરી તેને છેલ્લા સમયની પોતાની પરિસ્થિતિ જણાવે છે કે કેવી રીતે તેની યાદમાં તે પોતાનું કામ પર કે ભણતર પર ધ્યાન આપી શકતી ન હતી અને ક્યાંક તે યાદ કરતા એકલી એકલી રડી પણ પડતી. આ સાંભળી પથિકને દુઃખ થાય છે અને ફરી માફી માંગે છે સિરી તેને માફ કરી દે છે અને બંને ફરી એકબીજા સાથે પ્રેમ ભરી વાતો ચાલુ કરે છે. ત્યારે સિરી પૂછે છે *"તને એમ ના થયું કે કોઈ બીજી છોકરી સાથે પ્રેમ કરી લવ?"* ત્યારે પથિક કહે છે *"જે સંબંધ અજાણતાં તારી સાથે બન્યા છે તે કદાસ બીજા કોઈ સાથે બની શકે તેમ નથી, અને રહી બીજા સાથેની વાત તો પ્રેમનો સંબંધ જ તમારી સાથે બાંધ્યો છે તે ફરી કોઈ સાથે બંધાય તેમ પણ નથી અને જેટલુ તું મને સમજે છે કદાસ બીજા કોઈના ગજા પણ વાત નથી."* સિરીનો આજ સવાલ ફરી પથિક સિરીને પૂછે છે ત્યારે સિરી *"જીંદગીમાં ફરી પણ તારી જ રાહ જોતી હતી. બાકી લગન સુધી તો એકલી જ*

રહેતી" આમને આમ બંનેમાં પ્રેમ ક્યાંક વધતી ગતિ પર ચાલતો હોય છે. હવે, પથિક સિરીને પાક્કો વાયદો કરે છે કે રજા મળતાં જ તે સૌથી પહેલાં સિરીને મળવા જશે. આ વાતથી સિરી ઘણી ખુશ દેખાય છે અને તે જાણે વેરાન બગીચામાં કોઈ ફૂલ ખીલી ઉઠેને માળીને જેટલી ખુશી થાય તેવી ખુશી હતી.

સિરી અને પથિક બંને ખુશ હતાં ફરીથી એક થઈને ખૂબ ખુશ હતાં. થોડા દિવસો પછી પથિક કબીરને કોલ કરી આ વાત જણાવે છે. એક દિવસ પથિક સિરીને કહે છે કાલે હું નોકરી પરથી રજા લવ છે અને તને મળવા આવુ છું, આ સાંભળી સિરીને આનંદનો પાર નથી રહેતો અને તે પથિકને મળવાં માટે તલપાપડ હતી. બીજી તરફ પથિક પણ ઘણો ખુશ હતો પણ તેની સાથે ખુશીમાં ભાગ ભજવા કોઈ એની સાથે હતું નહીં. બંને છેલ્લે છુટા પડતાં ચહેરા યાદ કરતાં હતા અને તે પળને ભુલાવવા માટે ફરી મુલાકાતો માટે બંને તૈયાર હતાં. લગભગ દોઢ વર્ષ પછી એકબીજાના ચહેરા જોવાના હતાં. બીજા દિવસે પથિક જવા બધી તૈયારી કરી દીધી હતી અને એક સરસ ભેંટ પણ પથિક દ્વારા ખરીદ લેવામાં આવી હતી, બસ હવે બંને તરફથી આવતી કાલના મિલન માટેની રાહ જોવાતી હતી.

11. ફરી મુલાકાત

બીજા દિવસની સવાર જાણે બંનેની જીંદગી માટે કોઈ તહેવારથી ઓછી ન હતી. પથિક પોતાની બાઇક લઇને સવારની પહોરે નીકળે છે અને રસ્તામાં તે સિરી સાથે વિતાવેલી બધી પળો યાદ કરતો કરતો પોતાની અને સિરી વચ્ચેનું અંતર કાપતો જાય છે. લગભગ ૧૦૦ કિલોમીટરનું અંતર કાપતાં તે થાકી જાય છે પણ મંજિલ પર તેને સિરીનો ચહેરો દેખતાં હિંમત કરતાં પોતાનું બાઇક ચલાવતો રહે છે. બીજી બાજુ સિરી પણ પોતાના ઘરે કોલેજ માટે જાવ છું કહીને નીકળે છે અને બંને એ નક્કી કરેલાં સ્થળ પર સિરી સમય પહેલાં પહોંચી જાય છે અને પથિકના આવવાની રાહ જોવે છે, ત્યારે પથિક થોડી વારમાં આવે છે, તે થાકી ગયો હોય છે અને સિરીથી થોડે દૂર પોતાની બાઇક પર હેલ્મેટ પહેરીને ઊભો હોય છે. આજુબાજુ નજર નાખતા એક છોકરી દેખાય છે, જે મોં પર ઓઠની બાંધીને, ખબા પર એક બેગ લટકાવીને લાલ રંગના કપડાં પહેરીને ઉભી છે, તેના ગળામાં પથિકે આપેલો હાર દેખીને પથિક સમજી જાય છે કે તે સિરી જ છે, પણ તે સિરી પાસે જતો નથી ત્યાં ઊભા ઊભા જ સિરીને ની હાલ્યા કરે છે. સિરી આમતેમ નજર નાખતી જાય છે પણ તને દૂર સુધી પથિક જેવુ કોઈ દેખાતું ન હતું. ત્યારે સિરી પથિકને કોલ કરે છે પણ પથિક ઉપાડતો ન હતો. આ બધુ દેખીને પથિક હસતો હતો. બીજી તરફ સિરીને ઘણો ગુસ્સો

આવતો હતો, કેમ કે કીધેલા સમય કરતાં અડધો કલાક ઉપર થઈ છુક્યો હતો, પણ તેની નજર અચાનક પથિક પર પડે છે દૂર બાઇક પર કાળા રંગના જેકેટમાં માથા પર હેલ્મેટ હતો, પણ ઘણા સમયથી તે સિરી પર નજર નાખતો હતો એટલે સિરીને ક્યાંક થવા લાગ્યુ કે આ પથિક જ હશે. પણ તેને માત્ર એક વિચાર હતો તેથી તે ત્યાં ગઇ નહીં, ત્યારે પથિકને થાય છે કે હવે રાહ જોવડાવી સમયનો બગાડ છે, તેમ વિચારતા તે સિરી પાસે જાય છે અને કહે છે *"બેસી જા"* સિરી અચાનકથી ડરી જાય છે અને કઇ કહ્યા વિના પાછળ ખસતી જાય છે, ત્યાં તો પથિક પોતાનો હેલ્મેટ ઉતારે છે અને કહે છે *" હજુ પણ નથી બેસવુ?"* ત્યારે સિરી મરક સ્મિત, મનના આછા ગુસ્સા સાથે કહે છે *"ના, પાછા ચાલ્યા જાવ, તમારો મળવાની સમય વીતી ગયો છે,"* આટલુ કહેતાં જ સિરી પથિકને ગળે લગાવવા કરે છે પણ અચાનક થોભી જાય છે અને આજુબાજુ ના માણસોને દેખીને શરમાતા તે પથિકની બાઇક પર બેસી જાય છે અને પથિક બાઇક ચાલુ કરીને ચલાવવા લાગે છે.

પથિક અને સિરી બાઇક હતા, હજી તેમને એકબીજાનો ચહેરો બરાબર જોયો ન હતો. પથિક પોતાનો હેલ્મેટ ઉતારે છે અને સિરીને પકડાવે છે, સિરીને હેલ્મેટ પહેરવા કહે છે પણ સિરી ના પાડી દે છે. પછી પથિક બાઇકનો કાચ એવી રીતે ગોઠવે કે જેમાં સિરીનો ચહેરો દેખાય છે, ત્યારે સિરી ને કહે છે *"હવે તો મોં પરથી ઓઢણી છોડી દે, ઘણાં સમયથી બંધક રાખેલા ચહેરાને આ નાચીજ સામે પેશ તો કરો."* ત્યારે સિરી હસતાં કહે છે *"ના, તમારી નજર લાગી જશે, અને આમ પણ અમે કોઈ નાચીજ*

વ્યક્તિથી ચહેરો છુપાવી રાખ્યો છે, હવે તો કોઈક હમસફરની આંખો સામે જ ખુલશે" કહેતા બંને હસી પડે છે. સિરી ઓઢણી હટાવે છે. આમ ને આમ વાતો કરતાં કરતાં બંને જંગલના રસ્તે પસાર થાય છે. પથિક ધીમે ધીમે ગાડી હાંકતો હોય છે તે સિરી સાથે વધારે સમય વિતાવવા માંગતો હોય છે.

વર્ષાઋતુ નો સમય હતો આજુબાજુનું વાતાવરણ એકદમ લીલુ છમ હતું, ઊંચા ઊંચા વૃક્ષો વચ્ચે બંને સાથે હતાં, આનાથી વિશેષ બીજુ શું જોઈએ. સિરી પથિકને બાથ ભીડવીને બેઠી હતી અને પ્રેમભરી વાતોની મહેફિલ જામી હતી, ત્યાં અચાનક વરસાદ ચાલુ થાય છે તો પથિક એક ચાની દુકાન પર બાઇક રોકે છે અને ત્યાં દુકાનના છાપરા નીચે બંને બાંકડા પર બેસી જાય છે. જંગલ વિસ્તાર હોવાથી ત્યાં વધારે માણસો દેખાતા ન હતાં, બસ એક ચા વાળો, તેમના પત્ની બીજા બે દંપતી ચા પીતા હતાં. આ વરસાદ દેખતાં બંનેને કેમ્પની પેલી રાત યાદ આવે છે, સિરી કહે છે " ચલો , મૌસમ ઠંડો છે તો એક એક ગરમ ચાની પ્યાલી થઈ જાય" પથિક કહે "તમારી મરજી સર આંખો પર મોહતરમા" કહેતાં ચાવાળાને ચા માટે કહે છે. અને પૂછે છે "કાકા આજુબાજુ કોઈ હોટલ છે ?" ત્યારે કાકા કહે છે "અહીંયાથી ૫ કિલોમીટર આગળ એક હોટલ છે." તો સિરી વચ્ચે બોલી પડે છે "હોટલ કેમ ?" તો પથિક કહે છે " ચાર, સવારમાંથી નીકળ્યો છું થાકી ગયો છું અને ભૂખ પણ જબરદસ્ત લાગી છે." ત્યારે સિરી તેના બેગમાંથી થેપલાંનો ડબ્બો કાઢતાં કહે છે "મને ખબર હતી, એટલે તમારાં માટે ખાસ કરીને મારા હાથથી બનાવેલા થેપલાં લાવી છું" આ સાથે જ પથિક અને

સિરી બંને ચા સાથે થેપલાં ખાતા ખાતા વાતો કરવા લાગે છે, પથિક મૌસમનો સહારો લઈ એક પંક્તિ ફરમાવી દે છે કે..

"ના આભ માંગુ છું, કે ના ધરા પર ભાગ માંગુ છું,
બસ, એટલું જ દેજે કુદરત કે
હું સિરીને મળુંને ત્યારે વરસાદ માંગુ છું."

"અરે વાહ મારા શાયર" કહી સિરી પ્રેમ વરસાવે છે. તે સમયે વરસાદ ઓછો થાય છે અને મૌસમમાં જાણે વરસાદ અને ધરતી સાથે પ્રેમ ભર્યુ મિલન થતું હશે એવું લાગે છે, ઉપર થી ટપ ટપ વરસાદની બુંદો અને પથિક સાથે સિરી અને ગરમ ચાની પ્યાલી સાથે સિરીના હાથના થેપલાં. પથિક અને સિરીના ધારણા કરતાં ખૂબ સુંદર મુલાકાતો થાય છે. ત્યાં પથિક તેને પોતાની બેગ માંથી ભેંટ કાઢતાં આપે છે, ભેંટ લેતા સિરી પથિકને ગળે ભેટી પડે છે અને પથિકને મસ્ત મગન મૌસમનો ફાયદો ઉઠાવી પથિકને કપાળે પર એક ચુંબન કરી નાખે છે અને કહે છે *"બસ, આ પળ થમી જવો જોઈએ, મારે આમ જ તમારી સાથે જ રહેવુ છે."* પથિક કહે *" ચલો તો તારા ઘરે આજે જ વાત કરી લવ,"* આ કહેતાં તે થોડો હસે છે અને સિરી પણ થોડું સ્મિત કરતાં નારાજ થવા કરે છે ત્યારે પથિક તેને કહે *"ચાલો, વરસાદ રોકાયો આગળ હોટલ પર જઈએ"* બંને બાઇક બેસે છે અને આગળ હોટલ પર જાય છે અને જમવાનું જમે છે. થોડી વાર વાતો કરે છે પછી ફરી ત્યાં સિરીને મુકવા માટે નીકળી પડે છે. ઠંડો પવન ચાલતો હતો અને વર્ષાની ઋતુ હતી ધરતી જાણે લીલી ચાદર ઓડીને સૂતી હોય અને ઉપરથી જંગલ વિસ્તાર એટલે બંને પોતાની મોજમાં બાઇક પર જતાં

હતાં. સિરી પથિકના ખભા પર માથુ મૂકતાં કહે છે "મારે નહીં જવુ ઘરે, હું પણ તારી સાથે આવુ છું" પથિક બાઇક ચલાવતા કહે છે "ચલ તો, હું ક્યાં ના કવ છું, પહેલા તારા ઘરે ચલ કપડાં બાંધ પછી જઈએ," આ સાંભળતા સિરી પથિકને ધીરે થી મારતાં કહે છે "તો નહીં આવુ મારે" આ સાંભળી બંને હસવા લાગે છે. ઢળતા સૂરજ સાથે બંને ત્યાં પહોંચે છે જ્યાં તે સવારે મળ્યા હતાં.

સિરી ઉતરતા કહે છે, "તો, પછી હવે ક્યારે આવાનો છે? "ત્યારે પથિક કહે છે "તમે બોલાવો તો આવી જઈશુ, પણ હવે સમય થોડો વધારે લઈને આવજો મોહતરમા, તો મિલનમાં મજા આવે." સિરી ઠીક છે કહેતાં આંખ ભીની થઈ જાય છે અને પથિકને છેલ્લે ગળે મળીને છુટા પડે છે. ત્યાં પથિક બાઇક વાળે છે અને સિરી કહે છે "આવજો તારે" પથિક કહે છે "તમે પણ બોલાવજો" આમ હસતાં મુખે ન છોડવાની જીદ સાથે બન્ને જુદા પડે છે. સૂરજ ડૂબી ગયો હતો, પથિક બાઇક લઈને નીકળી પડ્યો હતો, પણ હજી પણ સિરી સાથેના પળો યાદ કરતો હતો. તેને રસ્તામાં જ રાત પડી જાય છે અને ધીરે ધીરે તે મોડી રાતે પહોંચી જાય. ફરી પોતાની રોજીંદી જીંદગી તરફ વળી જાય છે.

સિરી અને પથિકનું કેમ્પમાંથી આવ્યા ત્યાર પછીની આ પહેલી મુલાકાત હતી. આ મુલાકાતો પછી બંને ખૂબ જ ખુશ હતા. પથિક સાંજે નોકરી પરથી આવીને સિરીને કોલ કરી સિરી સાથે વાતો કરતાં પથિકનો આખા દિવસનો થાક ઉતરી જાય

છે. બીજી બાજુ સિરીને પણ અનુસ્નાતકનું છેલ્લુ વર્ષ હતું, અને પછીએ પણ ક્યાંક નોકરી માટેની તલાશમાં હતી, આ વાત પથિકને ખબર પડે ત્યારે પથિક કહે છે "અહીંયા મારી પાસે આવીજા સાથે રહીશુ અને નોકરી પણ કરીશુ" તો સિરી કહે છે, "ના, એટલે દૂર નહીં મોકલ, તારી પાસે આવવાની ઈચ્છ તો ઘણી છે." આ સાંભળી પથિક હસતાં કહે "બરાબર છે તું ત્યાંજ રહે, દૂર રહીને જે પ્રેમ કરવાની મજા છે, તે નજીક હોય તો થોડા દિવસ સારૂં લાગે પછી આદત પડી જાય અને મજા નહીં આવે," સિરી પણ કહે "આ વાત બરાબર છે, કે રોજ મુલાકાતો થવાથી ક્યાંક લાગણીઓ ઓછી થવા લાગે છે. પણ મારે તારી સાથે રહેવું હોય તો શું કરવુ પડે?" તો પથિક કહે "કઈ નહીં, બસ ૧૫૦ રૂપિયા ખર્ચીને અહીંયાની બસ પકડ લેવાંની અને આવી જવાનું" ત્યારે સિરી મજાકમાં "ખરેખર, તો હું કાલે આવુ છે, બસ સ્ટેન્ડ પર લેવા આવી જજ." પથિક ફોન પર વાત કરતાં હસીને હા કહે છે અને બંને ફરી સંબંધ બાંધીને પહેલાં કરતાં વધારે પ્રેમ થવા લાગે છે.

૧૨. તે સમય પણ આવ્યો

સમય કોઈ સાંકળથી બાંધી શકાતો ન હતો, તે છટકીને વીતતો જાય છે. દરેકની એક મંજિલ હોય છે અને સફરમાં ક્યાંક હમસફરને પણ ક્યારેક છોડવા પડે છે. સિરી અને પથિકની પણ હવે લગ્ન લાયક ઉંમર થતી જાય છે, સિરીના અભ્યાસ પૂરો થઈ જાય છે. તે એક શિક્ષીકા તરીકે શાળામાં અભ્યાસ કરાવા જાય છે. ત્યારે સિરીના ઘરવાળા તેના લગન માટે માંગા દેખાવાનું ચાલુ કરે છે, સિરીને આ પહેલાં કૉલેજમાં હતી ત્યારે ઘણાં માંગા આવ્યા હતાં, પણ દિલમાં પથિક અને મુખથી અભ્યાસ પૂરો કરી પછી એમ કહીને તે ના પાડી દેતી. પણ હવે તેનો અભ્યાસ પૂરો થઈ ગયો હતો ત્યારે ઘરવાળા તેને લગન કરવા માટે કહ્યા કરે છે. ત્યારે એક સારા ઘરનું માંગ આવે છે, છોકરો પણ એક સરકારી શાળાનો શિક્ષક હોય હતો. ઘરવાળા બધા રાજી હોય છે બસ સિરીને આ વાતની જાણ હોતી નથી. એક દિવસ તે છોકરો સિરીને દેખાવ આવે છે, સિરીને તેની ભાભી દ્વારા આ વાતની જાણ થાય છે. ત્યારે સિરી ગુસ્સો કરે છે અને ખૂણામાં જઈને રડવા લાગે છે, તે પથિકને કોલ કરે છે પણ પથિક કોલ ઉપાડતો નથી. પછી સિરી ઘરવાળાનું વિચારી શાંત થાય છે અને આસુ લૂછતાં તે બહાર આવે છે. ભાભીના કહેવાથી તે ચા લઈને બહાર જાય છે, અને ચા આપી પાછી ફરી જાય છે પણ હોઠ પર મરક સ્મિત હતું

પણ મનમાં કઈંક બીજુ જ ચાલતું હતું પથિક આ વાતથી એકદમ અંજાન હતો. પછી છોકરા વાળા જતાં રહે, ત્યારે સિરીની ભાભી સિરીને પૂછે છે " *કેમ ગમ્યા કે નહીં જમાઈ?* " સિરીના હોઠ પર ચોખ્ખીના હતી છતાં તે કહે છે "*મને વિચારવા માટે થોડો સમય લાગશે*" આ વાતની જાણ તેની ભાભી ઘરના સભ્યોને જણાવે છે. અને બધા તેને વિચારવાનો સમય આપે છે.

સાંજના સમયે પથિક પોતાની નોકરી પરથી પાછો ફરે છે ત્યારે સિરીના મિસકોલ જોઈને ફરીને કોલ કરે છે, સિરી ઉપાડે છે તેનો માદક અવાજ સાથે વાત કરે છે, ત્યારે પથિક કહે છે "*કેમ, અચાનક શ થયું આટલુ ફિક્કુ કેમ બોલે છે?* "પછી સિરી તેને આખી પરિસ્થિતિ વર્ણવે છે. ત્યારે પથિકનું ગળું જાણે બેસી જાય છે અને તે એકદમ નીરાશ દિલ પૂછે છે,"*તને પસંદ છે ?* "સિરી આનો જવાબ કઇ રીતે આપે, પણ તે "*ના*" કહે છે છતાં પથિક આંખે આસું સાથે તેને સમજાવે છે કે " *તારા જણાવ્યા અનુસાર તો સારો છોકરો લાગે છે, મારા ખ્યાલથી તારે માટે પરફેક્ટ છે, તારે હા કહી દેવી જોઈએ*" આટલુ જ કહેતા પથિક એકાંતે આંસુડાં ભરી દે છે, છતાં આ સાંભળી સિરી પોતાની જીદ છોડવા તૈયાર નથી, પથિક તેને ઘણું સમજાવે છે, ત્યાર પછી સિરી પોતાનું દિલ પર પથ્થર મૂકીને હા કહેવા માટે તૈયાર થાય છે અને ફોન મૂકી દે છે. પથિક કંઈ ભાન વગરનો થઈ જાય છે, પોતાના પ્રેમને કોઈ બીજા સાથે જીંદગી વિતાવવા માટે સમજાવતો હતો. તે પોતાને સાંભળી શકતો નથી.

"એક પ્રેમકથા આવી પણ હતી,
જયાં મંઝિલની ખબર પણ હતી,
દુ:ખ દેખાતું હતું બન્નેને,
ને સાથે રહેવાની ખતા પણ હતી."

તેને સમજાતું નથી શું કરવું, એકલો હોવાથી તે પોતાનું દુ:ખ પણ કોઈને કહી શકતો ન હતો. પથિક જે ક્યારે પોતાની જીંદગીમાં દારુને હાથ પણ ન લગાવતો તે આજે પોતાનું મન રીઝવવા દારુનો સહારો લે છે અને એકલો એકલો પોતાનું જ દુ:ખ ઓરડાની ચાર દીવાલોને કહ્યા કરે છે. સિરીના મેસેજ આવતાં જ હતાં, પણ તે કોઈ વળતો જવાબ આપતો ન હતો. આમ નશામાં ને નશામાં આખી રાત નીકળી જાય છે, સવારે તેને નોકરી પર જવાનું પણ ધ્યાન રહેતું નથી, તે થોડો ભાનમાં આવે છે અને તે તેના દફતરમાં ફોન કરીને અઠવાડિયાની રજા મંજૂર કરાવે છે. તે એકાંતે હતો સિરી સાથે પણ વાત કરતો ન હતો.

બીજી તરફ સામે પક્ષેથી હા ની ખબર આવે છે, આ બાજુ સિરી પણ પથિકના કહેવાથી હા કહે છે. અને આગળ સગાઈ માટેનો દિવસ નક્કી કરવાનું ચાલુ હોય છે. ત્યારે પથિક નશામાં ધૂત રહેતો હોય છે. તેની પાસે પેલી દારુની બોટલ સિવાય બીજુ કોઈ સાથે હતું નહીં. આ બાજુ સિરી પથિકને કોલ મેસેજ બધુ કરી કરીને થાક જાય છે, પણ વળતાંમાં પથિકનો કોઈ જવાબ મળતો નથી. પથિક તેનો ફોન બંધ કરીને મૂકી દે છે. સિરી મનમાં ખોટા ખોટા વિચારો આવવા લાગે છે.

ત્યારે તે કબીરને યાદ કરે છે કારણ કે પથિક અને કબીરની કેમ્પ વખતની દોસ્તી ઘણી સારી હતી અને કબીર એક ભરોસા લાયક પાત્ર હતો. ત્યારે તે કબીરને કોલ કરે છે અને પછી આ બધી પરિસ્થિતિ વિશે જણાવે છે, ત્યારે કબીર કહે છે *"બોલો હું તમારી શું મદદ કરી શકુ?"* ત્યારે સિરી રડતાં રડતાં કહે છે *"તમે પથિક પાસે જઈ શકો છો."* કબીર કહે છે *"તે ક્યાં છે? શું કરે છે? મને કંઈ જાણ નથી, ઘણાં સમયથી અમારી કોઈ વાત પણ થઈ નથી."* ત્યારે સિરી પથિકનું સરનામુ આપે છે અને કબીરને ત્યાં જવા આજીજી કરે છે. કબીર પોતાના કામમાંથી સમય કાઢીને પથિક પાસે જવા તૈયાર થાય છે. અને બીજા દિવસે સવારે કબીર નીકળવાનો હોય છે. ત્યાં સિરીના ઘરવાળા અને સામે પક્ષવાળા સગાઈની તારીખ બે દિવસ પછીની નક્કી કરે છે. સિરી પણ પથિક વિશે વિચારતાં એકલી એકલી ઘણી રડતી હોય છે પણ ઘરમાં ખુશીનો માહોલ હોવાથી તે બધા સામે હસતાં ચહેરા સાથે રહે છે. કહેવાય ને કે દુ:ખ સાથે હસતાં રહેવું. ઘણું અધરુ હોય છે અને સિરી હમણાં આ જ સમયનો સામનો કરી રહી હતી. સિરીને એવુ હતું કે..

"બેવડા ચહેરા રાખ્યા છે મેં આ રંગમંચ પર,
ક્યાં હસું છં તો ક્યાં રડું છં આ રંગમંચ પર.
દેખી લેનારની કઈ મજાલ છે, દર્દ દેખાવાની,
એવું પાત્ર જ હું ભજવું છં, આ રંગમંચ પર."

કબીર સિરી દ્વારા આપેલા સરનામે પહોંચે છે, દરવાજો ખખડાવે છે, થોડી વાર પછી પથિક નશાની હાલતમાં દરવાજો ખોલે છે, ત્યાં સામે કબીરને દેખે છે તેને ઝડપભેર ગળે લગાવતાં

રડી પડે છે. કબીર તેને શાંત કરાવે છે અને નશા હોવાથી તે હમણાં તેની સાથે વાત નથી કરતો, પથિકને સુવડાવી દે છે, પછી સિરીને કોલ કરીને જૂઠ બોલતાં કહે *"પથિક ઠીક છે, અને હમણાં સૂતો છે પછી જાગે એટલે તને વાત કરાવું."* સિરી હાસ ભરતાં કહે *"ઠીક છે, પણ એનો ફોન કેમ બંધ છે ?"* ત્યારે કબીર કહે છે, *" તેનો ફોન બગડી ગયો છે, તો રીપેર માટે આપ્યો છે."* આ સાંભળતા સિરી કહે *"ઠીક વાંધો નહીં અને બે દિવસ પછી સગાઈ છે, અને પથિક જાગે એટલે તેનાથી વાત કરાવજો."* આટલું કહી સિરી ફોન મૂકે છે. કબીર રૂમ જોતા આખો રૂમ ગંદો હોય છે, આમ તેમ દારૂની બાટલીઓ પડી હોય છે, બે દિવસનું ટીફીન પણ એમને એમ પડ્યું ગંધવા લાગે છે. ત્યારે કબીર રૂમ સાફ કરે છે અને પોતે થોડો ફ્રેશ થાય છે અને પથિકને ઉઠાડે છે અને નાહવા મોકલે છે. પછી કબીર જમવાનું મંગાવે છે. અને બંને જમે છે.

કબીર, પથિકને પોતાની સામે બેસાડે છે છતાં પથિકના ચહેરા પર દુ:ખના ભાવ હજી દેખાતા હતાં. ત્યારે કબીર કહે છે *"યાર, તું આટલો સમજદાર થઈને આવુ બધુ કરે છે, હું જ્યાં સુધી તને ઓળખું છું ત્યાં તું તો ગમે તેવી પરિસ્થિતિ સામે લડવા હંમેશા તૈયાર રહેતો અને બીજાનો સહારો બનતો પથિક આજે, પોતે હિંમત હારીને બેસી ગયો, આજે પથિકને પણ સહારાની જરૂર પડવા લાગી."* આ સાંભળી પથિક માદક અવાજ સાથે કહે છે *"તો, યાર જ તુજ કે હું શું કરુ? હું પોતે જ મારી બરબાદી તરફ જાવ છું, "* ત્યારે કબીર કહે છે *"તને પહેલાંથી આ બધી પરિસ્થિતિની ખબર હતી, પછી પણ તું આવુ કરે છે !*

" ત્યારે પથિક કહે છે, "મને બધુ ખબર હતી, પણ હું મારા એકાંત સાથે તૂટી પડયો છું, મારી સાથે કોઈ હતું જ નહીં, સિરીને પણ હવે હું કયાં સંબંધથી એની સાથે વાત કરુ, કઈ ખબર ન પડતી હતી, પછી આ બધુ ટેન્સન મારા માથા પર હતું અને આ ઉતારવા માટે હું આ બોટલનો સહારો લેવા લાગ્યો, પછી ક્યાંક હું આ બધુ ભૂલી જાવ છું અને મન થોડુ હલકુ થાય છે, ત્યાં ઉતારતા જ ફરી એજ હાલત થાય છે." આ બધુ કહેતાં જ પથિકની આંખ ભરી આવે છે, ત્યારે કબીર કહે છે, "સિરીનો કોલ આવ્યો હતો અને તારા માટે મને ત્યાંથી અહીંયા મોકલ્યો છે, તું જ વિચાર તારી આ હાલત છે તો સિરી તો બિચારી કાચા મનની છે તે કેવી રીતે દુઃખનો ઘડો ઉંચકતી હશે, એને આવા સમયે તારે સિરીનો સહારો બનવા કરતા તું ઉલટો વધારે અને દુઃખ આપે છે. આજે બે દિવસ થયાં તે સિરી થી વાત નથી કરી, તું તો એક તરફી જીવે છે, તે મન ભીંતર દર્દ અને હસતાં ચહેરા સાથે કેવી રીતે રહેતી હશે તે વિચાર, એક સમયે તૂટેલા દિલોની લાગણી લખનાર કવિરાજ તું પોતે જ સિરીનું દર્દ દેખી શકતો નથી." પથિક હતાશ થાય છે અને કહે છે " ખરેખર, યાર તે બિચારીની શું હાલત હશે, મારે તેની સાથે વાત કરવી છે, તારો ફોન આપ તો." આટલુ કહી પથિક કબીરનો ફોન લઈ સિરીને કોલ કરે છે પણ સિરી ઉપાડતી નથી.

"જયારે જયારે ક્યાંક પ્રેમની ઠોકર વાગે છે,
ત્યારે મિત્ર તમારી દવા બનીને આવે છે."

બીજી તરફ સિરીને પણ પોતાની જીંદગીનું સૌથી અધૂરુ પાત્ર ભજવતી હોય તેમ લાગે, એકલી પડે એટલે પથિકની યાદ

અને તેની હાલત વિચારી રડયા કરે છે, અને પરિવારની સામે જાણે કંઈક બન્યું ન હોય તેમ હસતી ખીલતી જોવા મળે છે. ક્યારેક તો એમ પણ વિચાર આવતો કે એકવાર ઘરે વાત કરી લેવી જોઈએ, પણ પછી ગામના બીજા કિસ્સા યાદ કરતાં પરિવારનું વિચારી તે આ વિચારવાનું છોડી દે છે. સિરી તેના જીવનમાં એવા સ્થાન પર હતી, એક તરફ અજાણ વ્યક્તિ સાથેનો સાથ અને બીજી તરફ પોતાના કરતાં પણ વધુ વ્હાલી સાથી સાથે તૂટતો સંગાથ. તે મન મક્કમ રાખી પરિવારની આબરૂ માટે પોતાના પ્રેમનું ત્યાગ કરવા તૈયાર થાય છે.

સિરી પોતાનું કામ પતાવી, ફોન લેતાં તેમાં કબીરના મિસકોલ પડ્યા હતાં, ત્યારે તે જરાય સમય ખોટી કર્યા વિના કોલ કરે છે, ત્યારે કોલ પથિક ઉપાડે છે, અને પથિકનો અવાજ સાંભળતા જ સિરીની ખુશી જાણે આભે ચડે છે. એક સાથે ઘણા સવાલો કરી નાખે છે, " *ક્યાં છો? કોલ કેમ નથી ઉપાડતા? મને આવી સ્થિતિમાં એકલી કેમ મૂકી છે?* " ત્યાં પથિક પોતાની કરેલી હરકત પર શરમ કરતાં કહે છે, "*મને માફ કરજે, પણ ફોન બગડી ગયો છે અને તારો નંબર યાદ ન હતો.*" સિરી કહે " *ઠીક છે, પણ એક વાત છે જે તમને કેમ કહું સમજાતું નથી.*" ત્યારે પથિકને સગાઈની વાત કબીરે કહી હતી, છતાં ભીની આંખે ઉદાસ મન સાથે, અજાણ બનતાં કહે છે, "*બોલને શું વાત છે?*" ત્યાં સિરી પોતાનું મન મક્કમ રાખી તે પણ રડતાં રડતાં કહે છે, " *કાલે મારી સગાઈ છે!!!*" આટલુ કહેતાં જ બંને એકદમ શાંત થઈ જાય છે, અને આ દ્રશ્ય ખરેખર ક્યારે વિસરાય નહીં તેવુ સર્જાય છે.

બંને મિલો દૂર હતાં છતાં તે એક બીજાના દર્દ સમજી ગયા. પથિક બાજુમાં ઉભેલા કબીરને ગળે વળગી પડતાં રડી નાખે છે. કબીર તેને દિલાસો આપે છે. પોતાના આસું લૂછતાં કહે છે, "અભિનંદન, તારા નવું જીવન હંમેશા ખુશીઓથી ભરેલું રહે," આ સાંભળતા જ સિરી ઘણી જ રડે છે, પણ તેને શાંત રાખવા કે દિલાસો આપવા તેની સાથે કોઈ હોતું નથી, ત્યારે પથિક કહે છે, "છેલ્લી વખત એક વાયદો કરીશ" ત્યારે સિરી પોતાના આસું લૂછતાં કહે છે "હા, બોલોને" પથિક કહે છે "હવે, આ તારા માટે ખુશીઓનો અવસર કહેવાય, આપણી વચ્ચે જે હતું તે આપણું ભૂતકાળ હતું, મને ખબર છે ભૂતકાળ ભૂલવો આસાન નથી પણ આ કરવું પડશે, અને તારા ભવિષ્યની ખુશીઓ માટેની તૈયારી કર, અને વાયદો એ કર કે હવે તું ક્યારે મારા વિશે વિચારી તારી આંખમાં પાણી લાવતી નહીં." આ સાંભળતા જ સિરી દિલ પર ભાર મૂકીને પથિકને આ વાયદો કરે છે. અને હવે પછી પથિક સિરીને એકબીજા સાથે વાતચીત ન કરવાનું કહેતાં, સિરી થોડા ગુસ્સા સાથે પથિકને લડે છે, અને કહે છે, "પ્રેમ નહીં તો દોસ્તી પણ તોડી નાખશો !!" ત્યારે પથિક તેને સમજાવતાં કહે છે "દેખ, તું ફરી મારી સાથે વાતો કરીશ તો, તારા સાથીને આ વાતનું ખોટું લાગી શકે છે, માટે જ હું કહું છું કે તારી જીંદગીમાં હવે મારે દખલગીરી કરવી સારુ નહીં લાગે, અને તને જ્યારે મારુ કામ પડે કે મદદની જરૂર હોય તો બેઝીઝક મને કોલ કરજે, " આવુ બોલતાં પથિકનું દિલ કાપતું હોય છે છતાં સિરીની ખુશહાલ જીંદગી માટે તે પોતે દર્દ સહેવા તૈયાર થઈ જાય છે. સિરી આ બધુ સાંભળતી હતી પણ તે નીશબ્દ થઈ ગઈ, છેલ્લે એક જ વાત કહે છે કે " હવે જીંદગીમાં

કોઈ પણ આવે પણ તમારો પ્રેમ મારા દિલમાં હંમેશા મોખરે રહેશે." આટલું સાંભળી પથિક કોલ કાપી નાખે છે. અને બંને ખૂબ જ રડે છે.

૧૩. અનોખો વળાંક

દેખતાં દેખતાં સિરીની સગાઈ થઈ જાય છે અને સિરી પોતાના જીવનનાં નવા અધ્યાય તરફ આગળ વધી રહી હતી. સિરીનો ઘરવાળો એટલે વિનય. વિનય પોતે એક શિક્ષક હતો, તેમનાં ગામની શાળામાં ભણાવતો અને ઘણો જ સમજદાર વ્યક્તિ હતો. દેખાવે સુડોળ અને સ્પુર્તી ધરાવતું તન, ચહેરા પર હંમેશા મરક હાસ્ય દેખાવા મળતું, સ્વભાવે બધા સાથે ભળી જાય એવા હતો. હવે, ગામની શાળામાં નવા નવા માસ્તર તરીકે આવ્યા એટલે તમને ગામવાળા બધા વિનય સાહેબ કહીને બોલાવતાં. ગામમાં દરેક સાથે પ્રેમથી વાત કરતો. બાળકોને ચોપડીની સાથે સાથે જીંદગી માટેના પાઠ પણ સારી રીતે ભણાવતાં હતો. ગામ લોકો નાની ઉંમરના વિનય સાહેબને ખૂબ માન આપતાં.

હવે સગાઈ પછી સિરી અને વિનય બંને જીંદગીના સાથી થઈ ગયા હતાં. તેમની વચ્ચે વાતો થાય છ અને એકબીજાને મળે છે. વિનય ક્યારેક ક્યારેક પથિક જેવી જ વાતો કરતો ત્યારે અચાનક સિરીને પથિકની યાદ આવી જતી. એક સમય એવું પણ લાગે છે જાણે તે પથિકથી વાત કરતી હોય. કોઈક વાર તો તેને વિનયમાં જ પથિક દેખાવા લાગે છે, પણ તે પછી વિનય સાથે ખુશ રહેતાં શીખવા લાગે છે. પણ હવે

સિરી અને વિનય એકબીજાને સારી રીતે ઓળખતાં થઈ ગયા છે, ત્યારે વિનય સિરીને કહે છે કે *"ઘણી વાર તું વાત કરતાં કરતાં કે હસતાં હસતાં અચાનક તને શું થાય છે? તારો ચહેરો એકદમ ઉતરી જાય છે?"* સિરી કહે છે *"કઈ નહીં, બસ આમજ"* પણ વિનય સિરીને થોડા સમયમાં ઘણું જાણી જાય છે અને કહે છે, *" ચલો, વાંધો નહીં હવે હું છું તો આ પણ બધુ ઠીક થઈ જશે"* વિનયનો આવો સકારાત્મક જવાબ સાંભળતા જ સિરીને સારુ લાગે છે અને વિચારે છે કે મારે વિનયથી હવે કોઈ વાત છુપાવી નહીં જોઈએ એમ કરીને તે બધુ જણાવવા જતાં, અચાનક વિચાર આવે છે કે કદાસ આ વાત સાંભળી વિનય સગાઈ તોડી અને લગન માટે ના પાડી દે તો. પણ સિરી વિનયને સારી રીતે ઓળખી ચુકી હતી. અને આ વાત કહેવાથી સિરીનું મન થોડુ હલકુ થશે અને તેનું દુઃખ સમજવા વાળું પણ એક વ્યક્તિ મળી જશે. આમ વિચારતાં તે પથિક સાથે પ્રેમ સંબંધની બધી વાતો કહેતાં રડી પડે છે, ત્યારે વિનય તેના આસુ લૂછતાં કહે છે, *"જીંદગીમાં ત્યાગનું એક જીવતું ઉદાહરણ આજે મેં જોયું, હું કદાસ પથિક જેટલો તો નહીં પણ તને ક્યારે દુઃખી ન થવા દવ એટલું વચન આપુ છું"* આ સાંભળતા જ સિરી વિનયને ગળે મળી લે છે. વિનયના જવાબથી સિરીનો વિનય પ્રત્યેની પ્રેમ વધી જાય છે. વિનય સિરીને વચન આપે છે કે લગ્ન પછી તે બંને પથિકને મળવાં જશે. આ સાંભળી સિરી ખુશ થતાં પોતાના મનનો ભાર ઓછો થતાં અનુભવે છે.

બે ત્રણ દિવસ પથિકને સહારો આપતો કબીર પણ તેના ઘરે જતો રહે છે. પથિક પોતાની નોકરીએ ચડે છે પણ

તેને પહેલાં જેવો રસ હવે કોઈ વસ્તુમાં રહેતો નથી. તે ફરી એકાંત અનુભવે છે, હવે તે દફતરના સાહેબને વાત કરી એક મહિનાની રજા મંજૂર કરાવી પોતાના વતન ચાલ્યો જાય છે. અને તે પરિવાર સાથે રહેવાથી તેને એક સારો અહેસાસ થાય છે. વચ્ચે ક્યારેક કયારેક તે કબીર જોડે વાતો કરતો હાલચાલ પૂછતો હોય છે, કબીરને ખબર હોય છે કે તે સિરીના સમાચાર માટે કૉલ કરતો હોય છે પણ કબીર હવે તેને વધારે દુ:ખી ન દેખી શકતો એટલે સિરી ઠીક છે, ખુશ છે એટલું કહીને બીજી વાતોમાં ધ્યાન ભટકાવી દેતો. પથિકને પણ ઘર વાળા લગ્ન માટે કહે છે પણ પથિક હજુ, એક વર્ષ માટે થોભી જવા કહે છે.

લગભગ એકાદ મહિના પછી સિરી અને વિનયના લગ્નની કંકોત્રી છપાય છે અને લગ્નની તૈયારીઓ ચાલુ થાય છે. સિરીનું ઘર નવા રંગેથી રંગાવા લાગે છે, સિરીનો પરિવાર ઘણો ખુશ હતો. આ દેખીને સિરીને પથિકની કિઘેલી વાતો યાદ આવે છે કે જયાં પરિવારની ખુશી દેખાતી હોય ત્યાં નમી જવુ એ જરૂરી હોય છે. કારણ કે આપણા માટે જેટલું આપણો પરિવાર કરે છે એટલું કોઈ નથી કરી શકતું આ સાથે તે પથિકને કૉલ કરે છે ત્યારે પથિક કોલ ઉપાડે છે, અંદરથી તૂટેલો હોવા છતાં સિરી સામે ખુશ રહેવાનું નાટક કરતાં મરક હસતાં કહે છે, *"કેમ છે સિરી?"* ત્યારે સિરી કહે છે *"મજામાં, તમે કેમ છો?"* પથિક કહે બસ *"પ્રકૃતિની મહેરબાની છે"* અને સિરીના ઘણા સવાલો હોવા છતાં તે પૂછી શકતી ન હતી કેમ કે પથિકને ખુશ દેખીને તે વધારે વાત કરીને તેને ફરી દર્દ આપવા ન માંગતી હતી, પણ તે પોતાની છેલ્લી ઈચ્છા પૂરી કરવા માટે તેને કૉલ કરે

છે. ત્યારે સિરી કહે છે "મારે, તમને એક વાત કહેવી છે" ત્યારે પથિક હસતાં કહે છે "હા બોલો ને" સિરી કહે છે કે "મારી છેલ્લી ઈચ્છા તમારાથી એક છે, શું તમે તે પૂરી કરશો?" ત્યારે પથિક કહે છે "હા, જરૂર" ત્યારે સિરી કહે છે કે "લગનની કંકોત્રી મોકલાવુ છું, પેલી ટીમના બધા સભ્યો આવવાના છે, અને મારી ખુશીના સમયે હું તમને મારી આંખો સામે જોવા માંગ છું. મારી આ છેલ્લી ઈચ્છા તમારાથી છે." તો થોડો નારાજ થતો પથિક " હા, જરૂર આવીશ" કહીને ફોને મૂકી દે છે. પથિક પોતાના પ્રેમની કોઈ બીજા સાથે ફેરા ફરતાં ન જોઈ શકતો હતો, પણ સિરીની ખુશી અને તેનું છેલ્લુ વચન પૂરુ કરવાં તે લગનમાં જવા રાજી થાય છે. લગનના દિવસો નજીક આવે છે, પથિક કબીરને કોલ કરે છે અને સિરીના લગનમાં જવા માટે પૂછે છે અને સિરીને આપેલા વચનની વાત કરે છે, કબીર લગનમાં મળવાંની બહેદારી આપે છે. બીજી તરફ સિરીના લગનની તૈયારીઓ પુર જોશમાં ચાલે છે લગ્નના માટે સિરી દર્દ સાથે ખુશ દેખાય છે કેમ કે લગન પથિક નહીં પણ પથિક જેમ ચાહે તેવા વ્યક્તિથી અને પથિક અને પરિવાર બંનેની ખુશી માટે કરી રહી છે.

પથિક લગ્નના દિવસે સવારે પોતાના ઘરેથી કહીને સિરીના લગ્નમાં જવા બાઇક લઈને નીકળી પડે છે, પથિકની જવાની જરા પણ ઈચ્છા ન હતી છતાં તેને સિરીને આપેલુ વચન પૂરું કરવાં અને સિરીને છેલ્લી ઘડીએ દેખાવા માટે જતો હોય છે. અને છેલ્લી ઘડીએ થયેલી સિરી સાથેની મુલાકાત યાદ કરે છે, પથિકને ભરમ પણ થાય છે કે હજી સિરી તેના ખભા

પર માથુ મૂકીને બેઠી છે. આ ખ્યાલો સાથે તે બાઇક ચલાવતો જાય છે. અચાનક રસ્તા વચ્ચે કૂતરો આવી જાય છે અને તેને બચવા માટે સ્પીડમાં જતાં બાઈકને બ્રેક મારે છે પણ પાછળથી આવતાં ટ્રકને બ્રેક લાગતો નથી તે પાછળથી જ પથિકના બાઇક સાથે અથડાય છે અને પથિક બાઇક સાથે ઘસડાતાં બાઇકથી છૂટો પડી, તેના માથા પરથી હેલ્મેટ નીકળી જાય છે અને રસ્તાની બાજુના પથ્થર સાથે તેનું માથુ અથડાય છે. થોડી વારમાં તો માથામાંથી લોહી ઝરણાંની જેમ વહેવા લાગે છે. દેખાતાં દેખતાં લોકોના ટોળાં વળી જાય છે અને એક વ્યક્તિ એમ્બ્યુલન્સને કૉલ કરે છે, ત્યાં થોડા સમયમાં પોલીસ આવી જાય છે ભીડને હટાવતા જ ત્યાં એમ્બ્યુલન્સ આવી જાય છે, પથિકને દવાખાને મોકલવામાં આવે છે. પથિકના પાકીટમાં રહેલાં તેના લાઇસન્સના આધાર પરથી પથિકના ઘરે જાણ કરવામાં આવે છે. આ પછી પોલીસ પોતાની આગળની કાર્યવાહી હાથ ધરે છે.

બીજી બાજુ સિરીનો મંડપ તણાઈ ગયો હતો, જાન ઘરના ભાંગળે આવીને ગઈ હતી. ટીમના બધા સભ્યો આવીને સિરીને મળી અળભનંદન પાઠવ્યા, પણ સિરીની નજર જેનાં માટે ફરતી હતી તે પથિક ક્યાંય દેખાતો ન હતો. કબીર હજી બહાર હતો, પથિકને કોલ કર્યો પણ પથિકનો ફોન બંધ આવતો હતો. ઘણી રાહ જોવાય પછી કબીર સિરીને મળવાં ચાલ્યો જાય છે, ત્યારે કબીરને દેખી સિરી ખુશ થાય છે, બન્ને મળે છે, પણ સાથે પથિકના દેખતાં તે કબીરને પૂછે છે કે " *પથિક ક્યાં છે?* " ત્યારે કબીર કહે છે "*રસ્તામાં બાઇક પર હશે, એટલે મારો ફોન પણ*

નથી ઉપાડતો, આવી જશે તું ફિકર ના કર." સિરી પોતે તૈયાર થવામાં વ્યસ્ત થઈ જાય છે, જાન મંડપ સુધી આવી જાય છે, વરરાજા ખુરશી પર બહાર બેઠા હોય છે. કબીર પથિકનો ફોન વારંવાર લગાવતો રહે છે છતાં તેનો ફોન બંધ બતાવે છે. પછી તે પથિકના આવવાની રાહ જોવાનું છોડી દે છે. કન્યાને મંડપમાં બોલાવવામાં આવે છે, ત્યારે લાલ પાનેતર ઓઢીને, તેનો ચહેરો ઢંકાય તેવો ધૂંઘટ સાથે, જાણે રૂપસુંદરી જેવી લાગતી સિરીને લઈને થોડી છોકરીઓ બહાર આવે છે, પણ સિરીની નજર આમતેમ ફરતી રહે છે પણ પથિક દેખાતો નથી, તે કબીર બાજુ દેખે છે પણ કબીર માથુ હલાવતા ના પાડે છે. અને વર-વધુને સામસામે બેસાડવામાં આવે છે, લગ્નની વિધિઓ ચાલુ કરી દેવાય છે. સિરીના મનમાં અને આંખે પથિકની રાહ જોવાય છે આ સાથે તેની આંખો ભીની પડી જાય છે.

બીજી તરફ પથિકને હોસ્પિટલમાં દાખલ કરવામાં આવે છે છતાં ડોકટર રજા પર હોવાથી તેને મોટા શહેરના દવાખાને મોકલવામાં છે, ત્યાં પથિકના પરિવારજનો તેની રાહ જોતાં હોય છે, પથિકને લઈને એમ્બ્યુલન્સ આવે છે ઘણી ઝડપથી તેને સારવાર હેઠળ નાખવામાં આવે છે, પથિકની માતાના આંસુ પડતાં હતાં, પથિકના પિતા રામભાઈની આંખ ભીંજાય ગઈ હતી, માથામાં વાગ્યુ હોવાથી લોહી વધુ વહી ગયું હતું, તેથી તેને આઇસીયુ માં દાખલ કરવામાં આવે છે. ડોકટર દ્વારા તેને બચાવવાની પૂરી કોશિશ કરવામાં આવે છે. ડોકટરના કહ્યા પ્રમાણે માથાના પાછળના ભાગમાં વધારે ધા હોવાથી તત્કાલિત ઓપરેશન કરવું જરૂરી છે એમ રામભાઈને વાત કરે છે,

રામભાઈ ઓપરેશન માટે હા ભરે છે અને ડોકટર દ્વારા ફોર્મ ભરાવીને ઓપરેશન ચાલુ કરે છે.

"એક પા જીંદગીના નવા ઓર તરફના રસ્તા,
બીજી પા સુકાતી જીંદગીમાં પાણી પસ્તા."

લગ્નના મંડપમાં વરવધુને ફેરા માટે કહેવામાં આવે છે, ત્યારે સિરીના ધબકારા વધતાં જાય છે, બીજી બાજુ પથિકના માતાપીતા ઓપરેશન રૂમની બહાર બેઠાં બેઠાં તેમની દિલની ધડકનો વધતી જાય છે. એકબાજુ સિરીને પથિકની હાજરી માટે આંખો ભીની કરે છે, ત્યાં બીજી બાજુ પથિકની માં તેના જીવતાં બચવા માટે આંસુડાં પાડતી હોય છે. વરવધુ ના ફેરા સંપન્નું થાય છે, અને ત્યાં ઓપરેશન રૂમનો દરવાજો ખુલે છે, આ સાથે જ રામભાઈ દોડતાં ડૉકટર પાસે જાય છે કહે છે *"કેમ છે પથિક?* *"* ત્યારે ડોકટર કહે છે *"ઓપરેશન સફળ રહ્યું પણ એને હોશ આવવા સુધી રાહ જોવી પડશે"* બીજી બાજુ વિનય હવે, સિરીની માંગમાં સિંદૂર ભરે છે ત્યાં પેલી બાજુ પથિકને હોશ આવી જાય છે અને બીજા જ પળે ફરી બેભાન અવસ્થામાં ચાલ્યો જાય છે. અને ત્યાં સિરી અને વિનયના એકબીજા સાથે લગ્નના બંધનમાં બંધાઈ જાય છે.

ડોકટર પથિક પાસે દોડતાં દોડતાં આવે છે તેને ચેક કરે પથિકના પરિવારજનો ને બહાર જવા વિનંતી કરે છે, ફરી ડૉકટર દ્વારા તાપસ કરવામાં આવે છે અને બધા રિપોર્ટ દેખ્યા પછી ડૉકટર આચાર્યચકિત થઈ જાય છે. કેમ કે મગજની

પાછળની વધારે વાગ્યું હોવાથી ખતરો વધારે હતો. અને પથિક કોંમામાં જતો રહ્યો હતો, બાકી પથિક એકદમ ઠીક હતો.

ડૉકટર બહાર નીકળે છે અને પોતાના કેબીનમાં જાય છે અને રામભાઈને કેબીનમાં બોલાવે છે, પથિકની પરિસ્થિતિ કહેતાં જણાવે છે, " મગજના પાછળના ભાગમાં વાગ્યું હોવાથી તે કોમામાં છે, અને તેનાં શરીરના બાકીના ઘા થોડા સમયમાં ઠીક થઈ જશે, પણ પથિકને કોમાથી બહાર આવતાં સમય પણ લાગી શકે છે, અને કદાસ કોમાથી બહાર આવ્યા પછી પણ તેને મગજના પાછળના ભાગના વિઝ્યુલ એરિયા અને સ્પીય એરિયામાં વધારે નુકસાન થયું છે તો કદાસ બોલવા અને દેખવામાં તેને તકલીફ થઈ શકે અને જાન પણ જાય શકે છે. "આ સાંભળતાં રામભાઈ માધક સ્વરે કહે છે, "તો ડૉકટર, સાહેબ આ માટે અમે શું કરી શકીએ," ત્યારે ડૉકટર કહે છે કે "આગળની સર્જરી ઘણી મોંઘી છે અને તેનાથી પણ સફળ થવું ક્યાંક જોખમ ભર્યું છે. એટલે હું મારુ કહેવું આવું છે કે આને એકદમ શાંત જગ્યા પર રાખજો, અને કોઈ આયુર્વેદ જાણકાર પાસે રાખીને આયુર્વેદિક ઉપચાર કરવો બને ત્યાં સુધી એવા શાંત માહોલમાં કુદરતી વાતાવરણ રહેશે તો પથિકના સારા થવાના વધારે મદદ મળશે." ડૉકટરની વાત સાંભળી પથિકના પિતા પથિકને ભીખુદાદાના ઘરે લઈ જવા તૈયાર થાય છે, કેમ કે તેમનું ઘર જંગલની વચ્ચે હોવાથી પ્રકૃતિની ઘણી નજીકનો સંબંધ ધરાવે છે અને ભીખુ દાદા એટલે પથિકના નાના, જંગલની જડીબુટ્ટીના સારા જાણકાર છે. લગભગ એકાદ પખવાડિયા પછી પથિકને દવાખાનેથી ભીખુદાદાના ઘરે લઈ જવામાં આવે છે. ભીખુદાદા

એકલા રહેતાં હતાં, તેમનાં બધા છોકરા ગુજરાત કામે હતાં. તે પથિકની આ દશા દેખી ઘણા નિરાશ થાય છે અને પથિકની માતાને વચન આપે છે કે "હું મારા દીકરીના દીકરાને મારા પ્રાણ આપીને પણ સાજો કરીશ."

14. નવી જીંદગી

સિરી પોતાના પિયરમાં ઘણી ખુશ હોય છે, પણ ક્યાંક ને ક્યાંક તેને પથિક એ તેનો વાયદો તોડયો તેનું દુઃખ પણ થાય છે, છતાં સિરી પથિકની કંઈક મજબૂરી હશે એમ વિચારતાં ઉદાસ થતી રહે છે. વિનય અને સિરી પોતાનાં દાંપત્ય જીવનમાં ઘણા ખુશ હોય છે, પણ સિરીને આ રીતે ક્યાંક ઉદાસ દેખતાં વિનય તેને સમજાવતાં યોગ્ય સમયે બંને પથિકને મળવા જવાનો દિલાસો આપે છે. છતાં સિરીના મનમાં પથિક સાથે કઈંક અનહોની થવાની ભ્રમણા થાય છે, આ સાથે તે કબીરને કોલ કરે છે પણ કબીરનો પણ પથિક સાથે કે તેના પરિવાર વાળા સાથે સંપર્ક થઈ શકતો નથી. અને સિરી કહે છે *"ગમે તેમ તમારાથી બનતો પ્રયાસ કરીને ખાલી પથિકના હલચાલ પૂછી લેજોને"* ત્યારે કબીર હા કહેતાં પોતાનાથી બનતાં બધા પ્રયત્ન કરે છે છતાં કોઈ મેળ પડતો નથી. પથિકના ઘરનું સરનામુ પણ હતું નહીં, એટલે તે વધારે મૂંઝવણમાં મુકાતો છેલ્લે બધી હિંમત હારી જાય છે. પણ સિરી પોતાના મનમાં વાત રાખીને પથિકની ચિંતા કર્યા કરે છે.

આ સાથે દિવસો વીતવા લાગે છે, મહિનાના બે મહિના થઈ જાય છે. પણ પથિક સાથે કબીર કે સિરીનો કોઈ સંપર્ક થતો નથી. બીજી તરફ પથિકનો પરિવાર તેમનાંથી બનતો હર

પ્રયાસ કરે છે પથિકને કોમાથી બહાર લાવવા, પણ ભીખુ દાદાની જડીબુટ્ટીથી પથિકની તબિયતમાં સુધારો આવે છે પણ તે કોમાથી બહાર આવી શકતો નથી, તે થોડું સાંભળી શકે, બધાને ઝાંખું દેખી શકે પણ તેના હાથપગ કે કોઈ બીજા અંગ પણ કામ કરતાં નથી.

લગભગ ત્રણ થી ચાર મહિના પછી પથિકને થોડું હલનચલન કરવા સક્ષમ બને છે. તેની તબિયતમાં સુધારો આવતાં હજુ એકાદ બે મહીના નીકળી જવાનો હોય છે. પથિકના પરિવાર ખૂબ જ ખુશ થાય છે આ વાતથી પણ તેમને એક મહિના સુધી કોઈ મળવાં ન આવવા માટે ભીખુ દાદા કહે છે. જંગલની વચ્ચે જ પથિક અને ભીખુ દાદા બંને પ્રકૃતિના ખોળે દુનિયાથી અલગ બંને એકલાં રહેતાં હોય છે, ભીખુ દાદા પોતાની જડીબુટ્ટી, યોગ-ધ્યાન અને તેના શરીરને મજબૂત તથા સ્નાયુ ખેંચાણ માટે તેને ખેતરનું નાનું મોટું કામ પણ કરાવે છે. પથિક હવે પોતાની પહેલાંની દુનિયા જાણે ભૂલી ચુક્યો હતો એવું લાગે છે તેનું ચાલચાલગતમાં ઘણો ફેરફાર થાય છે. ક્યારેક તે કામ કરતાં ઓચિંતો પડી જાય છે અને ક્યાંરેક કંઈક ન કરવાનું કરવા લાગે છે. બોલવા અને દેખવામાં પણ ક્યાંક કમજોરી અનુભવે છે. શબ્દનું સાચું ઉચારણ કરી શકતો નથી. છતાં ભીખુ દાદા આ બધી હરકતો માંથી પણ બહાર લાવવા સતત પ્રયત્ન કરતાં રહે છે.

પથિક હોશમાંથી બહાર આવ્યા પછી ફક્ત ભીખુ દાદાને અને જંગલના પ્રાણીઓ, ઝાડવાં સિવાય બીજુ કશુ દેખ્યુ ન

હતું, તે ભીખુ દાદાથી પણ ઓછી વાતો કરતો ક્યારેક તેને પોતાના પરિવારની વાત પણ કરતો પણ તે પરિવાર વિશે કઈ જ પૂછતો ન હતો અને સિરીને તો જાણે ભૂલી જ ગયો હોય છે. તે આખો દિવસ જંગલમાં ભટક્યા કરતો, ઝાડવાં પર ચડયા કરતો, ક્યાંક તો જંગલી જાનવરોની સામે પણ જઈને એકલો એકલો વાતો કરતો, તે ક્યાંક જંગલી પ્રાણીઓથી દોસ્તી કરી લે છે. પણ ભીખુ દાદા તેને સાંજ પડતાં ક્યાંકથી શોધીને લઈ આવતાં. હવે પથિકની તબિયતમાં ઘણો ખરો સુધારો આવી ચડ્યો હતો, પણ તેની હરકતો પરથી થોડુ અજીબ લાગતું હતું હજી પણ ક્યારેક કઈ પણ કારણ વગર બેભાન થઈ જતો કે અચાનક ઉભો થઇ જતો.

એકાદ દોઢ મહિનો વીતવા આવે છે, સિરી પણ ઘણાં સમયથી પથિકના કોઈ સમાચાર ન મળતાં, પથિકની ચિંતામાં તેની હાલત બગડે છે. છતાં આ વાતથી વિનયને ક્યાંક ડર લાગે છે અને તે સિરીને પથિક કહે છે *"ચલ, તું સાજી થઈ જા પછી આપણે ક્યાંક ફરવા જઈશુ."* આ વાતથી પણ સિરીને કોઈ અસર થતી નથી, પણ વિનય આટલી પ્રેમથી પૂછતો હોવાથી તે થોડુ હસતાં *" હા ચાલો એમ કહે છે."* ઉઠે છે, ત્યારે સિરીને હવે વિનય સાથે પથિક વિશે વારંવાર વાત કરવાનું પણ યોગ્ય લાગતું નથી, માટે તે ગમે તેવી હાલતમાં હવે ખુશ રહેવાનો પ્રયત્ન કરે છે.

વિનયને તેની હાલત દેખી શકતો ન હતો, માટે તે પોતાનું વચન પૂરુ કરવા અને એકવાર પથિકને મળવાં માટે

જવાનું નક્કી કરે છે. કેમ કે પથિકનું દુઃખ તે સમજી શકતો હતો, એકવાર વિનય પણ આવી જ પરિસ્થિતિ માંથી પસાર થઈ ચૂક્યો હતો પણ આ વાત તે સિરીથી છુપાવી રાખી હોય છે. એકવાર જયારે પોતાના પર વીતે ત્યારે તે બીજા પર વીતતા દેખી શકતો નથી. આ સાથે તે સિરીથી છાની રાખીને પથિકનું સરનામું તેના ભાઈબંધ દ્વારા મેળવે છે. પણ એ પથિકની હાલત વિશે હજી પણ અંજાન હતાં. ત્યારે વિનય ફરવાનું બહાનું બનાવીને સિરીને લઈ જવા તૈયાર કરે છે. બીજા દિવસે વિનય સિરીને લઈને પથિક પાસે નીકળે છે પણ બંને પથિક ઘરે ન હોવાની વાતથી અંજાન હોય છે. સિરી વિનય ને પૂછે છે " *કહો તો ખરા કે આપણે ક્યાં જઈએ છીએ,*" ત્યારે વિનય કહે છે "*પહેલાં મારા એક ભાઈબંધના ઘરે જઈશુ ત્યાંથી ફરવા જઈશુ.*" એમ કહેતાં બંને લાંબી મુસાફરી કરતાં પથિકના ઘરે પહોંચે છે.

15. પોતાના છતાં પારકાં

સિરીને મનમાં ક્યાંક થાય છે કે આ જગ્યા દેખી દેખી લાગે પછી તેને યાદ આવે પથિકે એના ઘરનો ફોટો મોકલેલા તો સિરી ઓળખી જાય છે. અને મનમાં ઘણી ખુશ થાય છે, પણ વિનય સાથે હોવાથી તે આ જગ્યાથી અંજાન બને છે. પછી કહે છે, *"તમારા મિત્રનું ઘર છે કે"* તો વિનય કહે છે, *"હા પથિકનું ઘર છે."* ત્યારે સિરી વિનયને ગળે મળીને તેનો ખૂબ ખૂબ આભાર માને છે, ત્યાર બાદ બંને કાર માંથી નીચે ઉતરે છે અને ઘરમાં પ્રવેશે છે.

સિરી પથિકના માતાપિતાને ફોટામાં દેખ્યા હોવાથી ઓળખતી હોય છે. પથિકના માતા બહાર આવે છે, ત્યારે સિરી તેમને દેખતાં ખુશીભર્યા ચહેરા સાથે પગે લાગે છે, આ દેખતાં વિનય પણ પગે લાગે છે. અને હસતાં હસતાં પથિકના માતા બંનેનું સ્વાગત કરે છે પણ ઓળખાણ પડતી નથી. ત્યારે તે બંનેને ખાટલે બેસાડી અને અંદર જઈને ઘરનાં બાકીના સભ્યોને પૂછે છે *"ઓળખાણ પડી કોઈ ને?"* ત્યારે રામભાઈ કહે છે *"ના, હું જઈને વાત કરું."*

રામભાઈ બહાર આવે છે બંનેનું અભિવાદન કરે છે. ત્યારે બંને સિરી અને વિનય તેમને પગે લાગે છે, પછી થોડી વાતો કરતાં રામભાઈ પૂછે છે, *"માફ કરજો બેટા, પણ તમારી*

ઓળખાણ ન પડી." આ વાત સાંભળી વિનય કહે છે કે "અમે પથિકના મિત્ર છે, કદાસ તમે અમને ન ઓળખતાં હશે પણ પથિક અમને સારી રીતે ઓળખે છે. આજે અહીંથી નીકળતાં હતાં તો થયું કે પથિકને મળતાં જઈએ ત્યારે પથિકને કોલ કર્યો પણ એનો ફોન બંધ બતાવતો હતો, એટલે અમને થયું ચલો ઘરે ફરતાં જઈએ." ત્યારે પથિકના પિતા કહે "ઓહો, સરસ ખૂબ સારી વાત છે, ને ઘરે આવી ગયાં." વાતો વાતોમાં સિરીથી ન રહેવાતાં એ પૂછે નાખે છે, "કાકાજી, પણ પથિક ક્યાંક દેખાતો નથી ? ક્યાં છે પથિક? "

આ સાંભળતાં રામભાઈનો ચહેરો ઉતરી જાય છે, માધક અવાજે તે પૂરી ઘટના જણાવે છે. આ સાંભળતાં જ સિરીની આંખો ભરાઈ આવે છે પણ તે મન ભીંતર ખૂબ રડતી પોતાનું વચન આપી પસ્તાવો કરે છે. વિનયની આંખ ભીની દેખાય છે વિનય સિરીને રોકે છે. ત્યારે સિરી પૂછે છે, "શું અમે પથિકને મળી શકીએ ?" ત્યારે રામભાઈ કહે છે " ના હમણાં તે સારવાર હેઠળ છે અને આપણાં ત્યાં જવાથી કદાસ પથિકનું ધ્યાન ભટકી શકે છે." છતાં પણ સિરી પથિકના પિતાને હાથ જોડતાં કહે છે " કાકાજી બસ એકવાર પથિકને દેખી લઈશું ચલો અમને લઈ ચાલોને." આ વાત કરતાં વિનય પણ તેમની હા માં હા ભેળવે છે.

ત્યારે પથિકના પિતા ઘણું સમજાવે પણ છેલ્લે બન્નેની આંખો દેખતાં તેઓ ભીખુ દાદાને કોલ કરે છે. વાત કરતાં કરે છે, પથિકની તબિયત પૂછે છે અને કહે છે 'શું અમે એને મળી

શકીએ? " તો ભીખુ દાદા પથિકની તબિયતમાં સુધારો દેખતાં તેઓને બોલાવે છે, પણ એક શરત મૂકે છે કે *દૂરથી દેખી લેવુ પડશે, નજીક જવાથી પથિક માટે ઓળખવામાં ક્યાંક ભૂલ થશે અને તે અજાણતા કઈંક કરી બેસે એની મને થોડી બીક છે.* " આ શરતથી રામભાઈ સિરી, વિનય અને તેના પરિવારજનો બંધાય છે. અને ભીખુ દાદાને ત્યાં જવા નીકળે છે.

એક તરફ પથિકની તબિયતમાં સુધારો હતો પણ તે ક્યાંક ને ક્યાંક હજી પણ તેનાં મગજના પાછળના ભાગમાં અચાનક કંઈક થવાથી બેહોશ થઈ જાય છે અને એકવાર તો જાણે મોત સુધી પહોંચીને ફરી વળી ગયો હશે એવો હાદશો થઈ ગયો હતો. પણ હવે ઘણો સમય થયો હતો. પથિક આ હાલત માંથી બહાર આવતો ન હતો, ભીખુ દાદાના હિસાબે હજી એક દોઢ વર્ષ લાગી શકે તેમ હતું, પણ એમને એમ પણ હતું કે તેના પરિવારથી આ રીતે ન મળવુ એ પણ યોગ્ય નથી, આમ વિચારતાં તે પથિકના પિતાને મળવાં માટે હા ભરી દે છે.

16. છેલ્લી મુલાકાત

સિરી, વિનય અને પથિકના માતાપિતા સાથે કાર લઈને પથિક પાસે જતાં હોય છે. ત્યાં જંગલ વિસ્તાર માંથી પસાર થાય છે, સિરી મન ભીંતર પોતાને ખોસતી હોય છે મારી જિદ માટે મેં પથિકને કેવી પરિસ્થિતિમાં લાવીને મૂકી દીધો. આંખે પાણી સાથે તે ઘણી દુઃખી થતી હોય છે. ત્યારે બધા ભીખુ દાદાના ઘરથી થોડે દૂર ગાડી ઉભી રાખે છે, પથિકના પિતા ભીખુ દાદાને કોલ કરે છે, ત્યારે ભીખુ દાદા કહે છે *"તમે ત્યાં રહો હું પથિક જંગલમાં ગયો છે હું તેને લઈને આવુ છું."* ભીખુ દાદા જંગલ તરફ જાય છે.

આ બાજુ સિરીની સાથે બધાની નજરો પથિકને જોવા તરસતી હોય છે. પથિકની માતા રડી પડે છે, અને સિરી પણ પોતાના આસું રોકી શકતી નથી. ત્યારે રામભાઈ તેની માતા અને સિરીને દિલાસો આપતાં કહે છે, *" અરે, મારો દીકરો છે, દેખજો સાવજની માફક ચાલતો ચાલતો આવશે, આવી નાની નાની પરિસ્થિતિતો સાથે તો એકલો લડી બેસે છે, દેખજો આ વખતે પણ તે નહાર જેમ લડતો હશે."* આટલું કહેતાં જ તેમની આંખો પણ ભીની થઇ જાય છે, પોતાને રોકતાં રોકતાં તે પણ ભાંગી પડે છે.

ત્યારે ભીખુ દાદા પથિક સાથે વાતો કરતાં એક નૌજવાન ચહેરા સાથે આવતાં દેખાય છે. એ નૌજવાન ચહેરો બીજો કોઈ નહીં પણ પથિક હતો. જે એકનજરે તો કોઈના ઓળખાણમાં આવતો નથી. લાંબા વાળ, કાળી દાડી, વાંકડી મૂછો સાથે ખડતલ શરીર ઉપર ધોળો ઢીલો બુટશર્ટ, નીચે ટૂંકી પોતેડી વાળીને બે મૃગ સાથે હાથમાં લઈ લાકડી ભીખુ દાદાની સાથે આવતો હતો. આ દ્રશ્ય જોઈને સિરી અચંભે ચડી જાય છે, અને તેનાં ભારે મન હળવું થાય છે. અને તેનું મન થાય કે હમણાં દોડીને પથિકને ગળે લગાવી લે. પણ તે પોતાને રોકે છે.

ત્યાં પથિકની માતાની આંખો પોતાનાં દીકરાને ઘણાં સમયથી જોવા તરસતી આજે પૂરી થાય છે અને તે પોતાને રોકી નથી શકતી, તે દોડ મૂકે છે અને રડતાં રડતાં પથિકને ગળે લગાડી દે છે. આ દેખી રામભાઈ થોડા ગુસ્સે થાય છે પણ પોતાના દિકરા પ્રત્યેની લાગણીઓથી તે પણ દોડતાં ગળે લગાવે છે. પથિક તેના માતાપિતાને દેખતાં સ્તબ્ધ થઈ જાય છે અને બંનેને ભેટી પડે છે. તે ક્યાંક બધુ ભૂલી ચુક્યો હતો પણ તેનાં જીંદગીના ભાગ ભજવતાં પાત્રોને ક્યારેય ભૂલી શક્યો ન હતો. આ દ્રશ્ય જોતાં ભીખુ દાદા અને છુપાઈને દેખતાં સિરી અને વિનયના આંખમાં પાણી આવી જાય છે, ત્યારે સિરી વિનયને ગળે લગાડતાં ઘણી રડે છે, ત્યારે વિનય તેને સાચવે છે.

છેલ્લે સિરી પોતાને રોકી નથી શકતી, તે પણ દોડ મૂકે છે. પથિકની નજર સિરી પર પડતાં જ તે અચંભો લાગે છે

અને ત્યાં જ તેનાં માતાપિતા સાથે ગળે મળેલાં સ્થિતિમાં જ તે પોતાનો જીવ છોડી મૂકે છે, પથિક કઈ પ્રતિસાદ ન આપતાં ભીખુ દાદા તેને ઓરડીમાં લઇ જાય છે, ત્યાં જતાં ખબર પડે છે કે પથિક હવે દેહ છોડી ચુક્યો છે.

આ વાત સાંભળતાં જ તેની માતાને પોતાનું ભાન રહેતું નથી. અને ત્યાંજ બેહોશ થઈ જાય છે. બીજી તરફ સિરીના પગલાં પણ ત્યાં થંભાઈને એજ જગ્યા પર ઢળી પડે છે. અચાનક ખુશહાલ ભર્યું દેખાતું દ્રશ્ય એકદમ શાંત અને દર્દનાખ બની જાય છે, જાણે સમય થંભી ગયો અને બધાનો જીવ એકસાથે જતો હોય એવી સ્થિતિ સર્જાય છે. પથિકના પિતા પોતાને સાંભળી શકતા ન હતાં છતાં તે દીકરાને છોડતાં પથિકની માતાને રડતાં રડતાં ઉઠાવે છે, અને ઓરડીમાં લઇ જાય છે, ત્યાં બીજી તરફ વિનય દોડતો આવીને સિરીને ઉઠાવીને ઓરડી તરફ લઈ જાય છે અને ત્યાં પથિકની માતા પાસે જ અને સુવડાવી દે છે. ભીખુ દાદા પોતાને રોકતાં સિરી અને માતાને હાથ પકડીને દેખતાં કહે છે બેહોશ છે. એવું માતમ દ્રશ્ય સર્જાય છે કે ત્રણેય જણ એક ઊંડી ઊંઘમાં પડ્યા હોય, બસ ફરક એટલો હતો કે સિરી અને માતા જગાડતાં જાગી જવાના હતાં અને પથિક હવે ક્યારે પણ જાગવાનો ન હતો.

આ માહોલમાં પથિકના પિતા અને એના નાના બંને પોતાને સાંભળી શકતાં ન હતાં. થોડીવાર પછી ભીખુ દાદા થોડી હિંમત કરીને પથિકના બાકીના પરિવાર જનોને જાણ કરે છે, દેખતાં જ બધા આવી પહોંચે છે, બધાને વાતથી અચંભો લાગે છે અને પછી તેનાં કુટુંબના બાકી સભ્યો પથિકને છેલ્લી

વિદાય આપીને અંતિમ સંસ્કાર કરે છે. પથિકની માતા અને સિરી હોશમાં આવે છે પણ તેમને કઈ ભાન હોતું નથી.

રાત પડતાં વિનય રામભાઈને થોડી હિંમત આપતાં રજા લે છે. રાતનો હોય છે સિરી અને વિનય બંને પોતાના ઘરે જવા નીકળે છે, સિરી આ આઘાત લાગ્યો હતો, તેથી તેને કઈ ભાન ન હતું તે સિરી સાથે વાત કરતાં હિંમત આપતો હતો, પણ સિરીનો કોઈ વળતો જવાબ મળતો ન હતો. તે ગાડી દોડાવતો દોડાવતો આંખ વળવા લાગે છે અને સામેથી આવતાં ટ્રક સાથે ભયાનક અકસ્માત સર્જાય છે. સિરી ત્યાં જ પોતાનો જીવ છોડી દે છે. અને વિનયને દવાખાને ખસેડવામાં આવે છે. જગનો સંજોગ તો દેખો આ ઘટના પણ ત્યાં જ ઘટી જ્યાં પથિકનું અકસ્માત થયું હતું.

"જગના દીવડા ક્યાં ભીંજાય છે, તું એકવાર તો સિરી બન તો,
મારાથી સાથેય જનમ પથિક થવાય છે."

(સમાપ્ત)

લેખક વતી.

વિશાળ સાહિત્ય જગતમાં કાલ્પનિક લઘુ નવલકથા તરીકે આ મારો નાનો એક આરંભ છે. આ આરંભને એક અંત સુધી પહોંચવામાં કેટલો સમય લાગશે અંદાજી ન શકાય પરંતુ પુસ્તકના શીર્ષકની માફક એક અંતનું અનુમાન બાંધી શકાય કે મારા આ પ્રયત્નથી ક્યાંક લોકો ગુજરાતી સાહિત્યને જાળવી રાખવામાં પોતાનો ફાળો આપવામાં સક્ષમ બનશે. સમાજ, પ્રાંત, અને દેશના દરેક નાગરિક પોતાના સાહિત્યને સતત ગૌરવાન અને સન્માનિત કરતાં પ્રેરાય એ હેતુ થી આ રચના આપણી સમક્ષ રાખી છે.

આશા છે એક વાંચક તરીકે પુસ્તકનો અભિગમ સારો રહ્યો હશે. પુસ્તક સંપૂર્ણ ક્ષતિ રહિત બનાવવાનો પ્રયત્ન કર્યો છે. છતાં પણ પુસ્તકનો પ્રતિભાવ આપવા અને મારા ગદ્ય રચનાઓ વાંચવા અને માણવા માટે સૉશિયલ મીડિયા પર નીચેના ક્યુઆર કોડને સ્કેન કરી જોડાઈ શકો છો.

Dhiraj R. Parmar